ஞானக் கொழுந்து

(திருமுறை மலர்கள்)

கி. வா. ஜகந்நாதன்

Title: Gnanakolunthu

Author: Ki. Va. Jagannathan

Language: Tamil

First Published on: 1955

Year of Publication: 2025

Book Format: Paperback

*Page Size: 6inch * 9inch*

Category: Religious

Subject: Religious Essays

No. of pages: 100

ISBN: 978-81-686323-9-4

Published by: Nilan Publishers, Madurai, Tamilnadu, India

பொருளடக்கம்

குறிப்புகளுக்காக

முன்னுரை

சைவத் திருமுறைகள் பன்னிரண்டில் பத்தாவதாக அமைந்தது திருமந்திரம். இதனை இயற்றியவர் திருமூலர். அவர் கைலாயத்தில் திருநந்திதேவருடைய திருவருள் பெற்ற சிவயோகிகளுள் ஒருவர்.

அவர் அணிமாதி சித்திகள் எட்டும் கைவரப் பெற்றவர். பொதிகை மலையில் வாழும் அகத்தியருக்கு நண்பர். தென்னாடு சென்று அம் முனிவருடன் சில காலம் இருந்து வரலாம் என்றெண்ணி அந்தச் சித்தர் புறப்பட்டார். வரும் வழியில் திருக்கேதாரம் முதலிய தலங்களை யெல்லாம் வழிபட்டுச் சிதம்பரத்தை அடைந்தார். அங்கே 'எவ்வுயிரும் உய்ய எழுத்தருளிய சேவடியாரைச், செவ்விய அன்புற வணங்கி'ச் சிலகாலம் அத்தலத்தில் தங்கியிருந்தார்.

பிறகு காவிரிக் கரையில் உள்ள தலங்களை ஒவ்வொன்றாகத் தரிசித்துக் கொண்டு திருவாவடுதுறைக்கு வந்து திருக்கோயிலுக்குச் சென்று இறைவனை வழிபட்டார். அங்கிருந்து புறப்பட்டுச் செல்லும் போது அவ்விடத்திலே தங்கிவிட வேண்டும் என்ற உணர்ச்சி அவருடைய சங்கற்பம் இல்லாமலே உண்டாயிற்று. அதைப் பெரிதாக எண்ணாமல் அவர் அவ்விடம் விட்டகன்றார்.

காவிரிக் கரையில் பசுக்கூட்டங்கள் இருப்பதை அந்த யோகியார் கண்டார். அருகில் உள்ள சாத்தனூர் என்ற ஊரில் வாழும் அந்தணர்களின் பசுக்களை மேய்க்கின்ற மூலன் என்ற ஆயன் பசுக்களை நாள்தோறும் ஒட்டிவந்து மேய்ப்பது வழக்கம். அன்று அவன் திடீரென்று மேய்க்க வந்த இடத்தில் உயிர் நீத்தான். பசுக்களெல்லாம், உயிர் போய்ப் பிணமாகக்

கிடந்த மூலனுடைய உடம்பைச் சுற்றி நின்று கதறின; மோந்து பார்த்துக் கலங்கின.

இதனை உணர்ந்த சித்தர் பசுக்களின் துயரநிலை கண்டு இரங்கி, அவற்றின் துயரத்தைப் போக்க வேண்டும் என்று கருதினார். ஆயன் உயிர்பெற்று எழுந்தாலல்லாமல் அந்த ஆக்களுக்கு உள்ள துயரம் நீங்க வழியில்லை. ஆதலின் சித்தியின் ஆற்றலால் அவர் உடம்பை ஓரிடத்தில் பாதுகாப்பாக வைத்துவிட்டு மூலனுடைய உடம்புக்குள் புகுந்து எழுந்தார். அவர் எழுந்தது கண்ட பசுக்கள் உவகை மிகுதியால் துள்ளிக் குதித்தன. அவரை நாவால் வருடித் தம் அன்பைப் புலப் படுத்தின. பகலெல்லாம் அவற்றை அவர் பாதுகாத்தார்.

மாலை வந்தது. திருமூலராகிய சித்தர் மாடுகளை யெல்லாம் ஊருக்குள் ஓட்டிக்கொண்டு போனார். அவை தம் தம் வீடு புகுந்தன.

வழக்கத்துக்கு மாறாக அன்று நேரம் தாழ்த்தமையினால் மூலனுடைய மனைவி அவன் இன்னும் வரவில்லையே என்ற கவலையோடு காத்திருந்தாள். திருமூலரைக் கண்டவுடன் அவரை அணுகி, 'ஏன் இவ்வளவு நேரம்? உடம்புக்கு ஏதேனும் தீங்கு நேர்ந்ததோ?" என்று அவரைத் தொடப் போனாள். உடனே சித்தர், "என்னைத் தொடாதே!" என்று சொல்லி அந்த வீட்டிலே தங்காமல் ஊரில் உள்ள பொது மடத்தில் யோகத்தில் இருக்கலானார்.

மக்கள், சுற்றம் யாரும் இல்லாத மனைவி அன்று இரவெல்லாம் துயிலில்லாமல் வருந்தி மறுநாள் ஊரிலுள்ள வர்களிடம் இந்தச் செய்தியை உரைத்தாள். அவர்கள் திருமூலரிடம் சென்று பார்த்த போது அவர் பரம யோகியாக இருப்பதை அறிந்து வியந்தனர். "இவர் சித்த விகற்பம் களைந்து தெளிந்த சிவயோகத்தில் நாட்டமுடையவரானார். இது எல்லோருக்கும் கிடைக்காத நிலை. இனிமேல் இவர்

குடும்ப வாழ்வுக்கு வரமாட்டார்" என்று அந்த மாதினிடம் சொல்லி அவளை அழைத்துக் கொண்டு போய் விட்டார்கள்.

திருமூலர் மடத்திலிருந்து புறப்பட்டுப் பசுமாடுகள் மேயும் இடத்திற்கு வந்து தம் உடம்பை மறைத்து வைத்த இடத்தில் பார்த்தார். அங்கே அதைக் காணவில்லை. இறைவன் திருவருளால் நிகழ்ந்தது இது. திருமூலர் திருவாவடுதுறைத் திருக்கோயிலில் தமக்கு உண்டான உணர்ச்சியையும் நினைவுக்குக் கொணர்ந்தார். 'நாம் இவ்விடத்திலே தங்குவது தான் இறைவனுடைய திருவுள்ளம் போலும்' என்று எண்ணி உருகித் திருவாவடுதுறைத் திருக்கோயிலைச் சார்ந்தார்.

அங்கே மீட்டும் இறைவனை வணங்கி அத்தலத்துக்குரிய மரமாகிய அரசின் அடியில் யோக சமாதியில் இருக்கத் தொடங்கினார். ஓராண்டு யோகத்தில் இருந்து விழிப்பார். விழித்தவுடன் ஒரு செய்யுள் திருவாய் மலர்வார். இப்படி மூவாயிரம் ஆண்டுகள் யோகத்தில் அமர்ந்து மூவாயிரம் பாடல்களைப் பாடியருளினார். அப்பால் மீண்டும் கயிலாயம் சென்று பழைய படியே இறைவனைப் பிரியாமல் வாழும் வாழ்வு பெற்றார்.

இது பெரிய புராணத்தில் கண்ட வரலாறு. "ஆண்டு ஒன்றுக்கு ஒரு பாடலாக மூவாயிரம் பாடல்களைச் செய்தால் மிகப் பழங்காலந் தொடங்கியே இவர் பாடியிருக்க வேண்டுமே! திருமந்திரத்தில் உள்ள சொல் அமைப்பு மிகப் பழங்காலம் என்று சொல்வதற்கு ஏற்றபடி இல்லையே!" என்று ஆராய்ச்சியாளர்கள் சொல்வார்கள்.

இந்த நாட்டில் பழங்காலத்தில் வழங்கிய வரலாறுகளை அப்படியப்படியே எடுத்துக் கொள்ள வேண்டும் என்பதில்லை. திருமூலர் சில காலமே திருவாவடுதுறையில் வாழ்ந்திருக்கலாம். அவர் பாடிய பாடல் ஒவ்வொன்றும், நினைத்தவுடன் எளிதில் பாடிய பாடலாகக் கருதுவதற்கு இல்லை. அநுபவத்தில் ஊறித் திளைத்து அதன் பயனாகப் பாட்டு எழுந்திருக்கிறது. நம்முடைய அளவைக் கொண்டு

பார்த்தால் ஓராண்டு நல்ல அருள் அநுபவம் பெற்றால்தான் இப்படி ஒரு பாடலைப் பாடலாம். அத்தனை பொருட் செறியும் நுட்பமும் ஆழமும் உடையவை திருமந்திரப் பாடல்கள். இதனையே அந்த வரலாறு வேறு வகையிலே சொல்கிறது என்று கொள்ளலாம்.

இந்த நூலுக்கு, "திருமந்திர மாலை" என்பதே இயல்பான பெயர்.

மறப்பிலா நெஞ்சினுள் மந்திர மாலை
உறைப்பொடும் கூடிநின் றோதலும் ஆமே

என்று திருமந்திரத்தின் பாயிரத்தில் திருமூலர் கூறுவதனாலும்

"ஞானமுதல் நான்குமலர் நற்றிருமந் திரமாலை"

என்று சேக்கிழார் கூறுவதனாலும் இச்செய்தி தெரியவருகிறது.

"ஏனஎயி றணிந்தாரை 'ஒன்றவன் தான்' என எடுத்து ' என்பது பெரிய புராணம். அதிலிருந்து, திருமந்திரத்தின் முதற்பாட்டு,

ஒன்றவன் தானே; இரண்டவன் இன்னருள்;
நின்றனன் மூன்றினுள்; நான்குணர்ந் தான்; ஐந்து
வென்றவன்; ஆறு விரிந்தனன், ஏழும்பர்ச்
சென்றவன் றானிருந் தான்உணர்ந் தெட்டே.

என்பதென்று தெரியக் கிடக்கிறது. இப்போதுள்ள பதிப்புகளில் இப்பாட்டுக் கணபதியின் காப்புக்குப் பிறகு இரண்டாவது பாடலாக இருக்கிறது.

மூலன் உரைசெய்த மூவா யிரந்தமிழ்

என்ற திருமந்திரத்தில் இரண்டிடங்களில் வருகிறது. சேக்கிழாரும் அதனைப் பின்பற்றி,

"முன்னியஅப் பொருள்மாலைத்தமிழ்மூவா யிரஞ்சாத்தி"

என்று கூறுகிறார்.

இப்போது மூவாயிரத்துக்கும் மேற்பட்ட பாடல்கள் கிடைக்கின்றன. சில பழைய உரைகளில் மூலச் சுவடிகளில் இல்லாத வேறு சில பாடல்கள் உள்ளன.

சிவாகமங்களிலுள்ள கருத்துக்களை தமிழால் பாடும் பணியை இறைவன் தமக்கு அருளியதாகக் குறிப்பிடுகிறார் திருமூலர்.

***அந்தி மதிபுனை யரனடி நாள்தொறும்
சிந்தைசெய் தாகமம் செப்பலுற் றேனே
என்னைநன் றாக இறைவன் படைத்தனன்
தன்னைநன் றாகத் தமிழ்ச்செய்யு மாறே***

என்பவை இக் கருத்தைப் புலப்படுத்துகின்றன.

***"தண்ணிலவார் சடையார்தாம் தந்தஆ கமப்பொருளை
மண்ணின் மிசைத் திருமூலர்வாக்கினால் தமிழ்வகுப்பக்
கண்ணியஅத் திருவருளால்"***

என்று சேக்கிழாரும் பாடுகிறார்.

மந்திரம் என்பது தன்னை நினைப்பாரைத் தீங்கு வராமற் பாதுகாப்பது என்னும் பொருளுடையது.

***"நிறைமொழி மாந்தர் ஆணையிற் கிளந்த
மறைமொழி தானே மந்திரம் என்ப"***

என்பது தொல்காப்பியம். திருமந்திர நூல் நிறை மொழி மாந்தராகிய திருமூலருடைய திருவாக்கில் எழுந்தது; தன்னை ஓதுவாருக்குத் துன்பம் வராமல் பாதுகாக்கும் ஆற்றலுடையது.

இது ஒன்பது தந்திரங்களை உடையது. ஒவ்வொரு தந்திரமும் பல பகுதிகளாகப் பிரிந்திருக்கின்றது. 235 பகுதிகள் தமக்குரிய

பெயர்களுடன் உள்ளன. முதலில் பாயிரம் இருக்கிறது. அது கணபதி காப்புடன் தொடங்கி, பரசிவப் பிரபாவம், திரிமூர்த்திகளின் ஜேஷ்ட கனிஷ்ட முறை, வேதச் சிறப்பு, ஆகமச் சிறப்பு, குரு பாரம்பரியம், நாயனார் தம் வரலாறு கூறல், குரு மட வரலாறு, திருமந்திரத் தொகைச் சிறப்பு, அவையடக்கம் என்ற ஒன்பது பகுதிகளையுடையது. திருமந்திரம் முழுவதிலும் உள்ள இந்த உட்பிரிவுகளைப் பிரித்துத் தலைப்பிட்டவர்கள் இன்னாரென்று தெரியவில்லை. பிற்காலத்தவர்கள் என்பதில் ஐயம் இல்லை.

முதல் தந்திரத்தில் ஞானம் அடைவதற்குச் சாதனமான நல்லொழுக்கங்களைச் சொல்லும் பாடல்கள் இருக்கின்றன. இரண்டாம் தந்திரம் சிவ புராணங்களிலும் ஆகமங்களிலும் பிறவற்றிலும் உள்ள வரலாறுகளிற் சிலவற்றின் உண்மையை உணர்த்துவதோடு, இறைவன் இயற்றும் ஐந்து தொழில் களையும், ஆன்மாக்களின் கூறுபாடுகளையும், தீய இயல்புகள் இன்னவென்பதையும் எடுத்துக் கூறும். மூன்றாம் தந்திரம் யோக வகைகளையும் சித்தியின் வகைகள் முதலியவற்றையும் சொல்லும். நான்காம் தந்திரம் மந்திரங்களின் பிரிவுகளையும், அவற்றைப் போற்றும் முறைகள் முதலியவற்றையும் வகுத்துரைக்கும். ஐந்தாம் தந்திரம் சைவ சமயத்தின் பகுதிகளையும் சோபானங்களையும் பல வகை மார்க்கங்களையும் பிறவற்றையும் இயம்பும். ஏழாம் தந்திரம் ஆறு ஆதாரங்களையும், ஆதாரத்தில் நிகழும் திருக்கூத்துக்களையும், யோகப் பயிற்சிக்குரிய ஒழுக்கங்களையும், பிறவற்றையும் சொல்லும். எட்டாம் தந்திரத்தில் பதினெட்டு அவஸ்தைகள், ஆறு அத்துவாக்கள் முதலியவற்றின் இலக்கணங்களையும், அநுபவக் கூறுபாடு களையும் காணலாம். ஒன்பதாவது தந்திரத்தில் பஞ்சாக்கரத்தின் இலக்கணத்தையும், வகையையும், அவற்றைக் கொண்டு அடையும் பேறுகளையும், ஞானம் சித்தித்தவர்கள் பெறும் அநுபவங்களையும் கண்டு இன்புறலாம்.

தந்திரம் என்பதற்கு ஆகமம் என்பது பொருள். திருமந்திரம் ஆகமப் பொருளைச் சொல்வதாதலின் இந்தப் பெயர் அதன் உறுப்புக்களுக்கு அமைந்தது போலும்.

பெற்றநல் ஆகமம் காரணம் காமிகம்
உற்றநல் வீரம் உயர்சிந்தம் காதுளம்
மற்றவி யாமிளம் ஆகும்கா லோத்தரம்
தற்றநற் சுப்பிரம் சொல்லும் மகுடமே

என்று ஒன்பது ஆகமங்களின் பெயர்களைப் பாயிரத்தில் திருமூலர் சொல்கிறார். அந்த ஒன்பது ஆகமங்களின் சாரத்தையும் முறையாக ஒன்பது தந்திரங்களிற் சொன்னதாகவும் கொள்ளலாம்.

திருமுறைகள் பன்னிரண்டில் முதல் ஒன்பது திருமுறைகளும் பதினோராந் திருமுறையும் தோத்திரங்களாக இருப்பவை. பன்னிரண்டாந் திருமுறையாகிய பெரிய புராணம் காவிய உருவில் இருப்பது. பத்தாந் திருமுறையாகிய திருமந்திரமோ தோத்திரமும் சாத்திரமும் கலந்து இணைந்த நூலாக விளங்குகிறது. தோத்திரமாக இருப்பவை அனைத்தும் இறைவனைப் படர்க்கையில் வைத்துச் சொல்வனவே. ஒரு பாடல் மாத்திரம் முன்னிலையில் வைத்துத் துதிக்கும் முறையில் அமைந்திருக்கிறது.

காணநில் லாய்அடி யேற்குற வார்உளர்
நாணநில் லேனுன்னை நான்தழு விக்கொளக்
கோணல்நில் லாத குணத்தடி யார்மனத்து
ஆணிய னாகி யமர்ந்துநின் றானே

என்ற பாட்டே அது. இதற்குப் படர்க்கையாகப் பொருள் செய்யும்படி வேறு பாடம் ஏதேனும் இருப்பினும் இருக்கலாம்.

மற்றத் திருமுறைகளில் காணாத நடையும் பொருளும் இந்நூலில் இருக்கின்றன. பல பாடல்கள் சித்தர் பாடல்களாக இப்போது வழங்கும் பாடல்களைப் போல இருக்கின்றன.

சித்தர்தம் பாடல்களில் குருமுகமாக உபதேசம் பெற்றார் மாத்திரம் உணர்ந்து கொள்ளும்படி பொருளை மறைத்துச் சொல்வார்கள். வைத்தியத்திலும், ரசவாதத்தைப் பற்றிய நூல்களிலும் இந்தப் பாணியைப் பார்க்கலாம்.

அத்திப் பழமும் அரைக்கீரை நல்வித்தும்
கொத்திக் குதறிக் கூட்டில் அடைத்தது;
அத்திப் பழத்தின் அமுதம் அறிந்தபின்
கத்திக்கொண் டைவரும் காடுறைந் தாரே"

வழுதலை வித்திடப் பாகல் முளைத்தது
புழுதியைக் கிண்டிப் பூசனி பூத்தது முழுதும்
பழுத்தது வாழை இளங்கனி தொழுது
கொண்டெறிந்தோர் தொட்டுடை யாரே

என்பன போன்ற பாடல்கள் இதற்கு உதாரணம்.

[ஆணும் பெண்ணும் சேர்ந்து அளவளாவுகையில் இருவர் உயிர்ச்சத்தும் கலந்து உருவாகி அதில் உயிர் புகுந்தது. உடம்பில் வந்தபின் அதனுள்ளே அடைபட்ட உயிர் மரணமிலாப் பெருவாழ்வு ஒன்று உண்டு என்பதை உணர்ந்து சிவஞானம் பெற்ற பிறகு ஐம்பொறிகளும் தம் சேட்டை ஒடுங்கி அகன்றன.

ஆணினது சத்தே வித்தாக வினைப் போகமாகிய கசப்பையுடைய உடம்பு தோன்றியது. உடலிற் புகுந்த உயிர் தத்துவ ஆராய்ச்சி செய்து உள்ளம் மலர்ந்து சிவஞான மணம் தோன்றும்போது சிவபரம் பொருளை உணர்ந்து இன்புற்றது.]

திருமந்திரத்திலுள்ள மூவாயிரம் பாடல்களும் ஒரே வகையான செய்யுட்கள். பெரும்பாலும் தரவு கொச்சகக் கலிப்பாவைப் போன்றவை அவை.

திருமந்திரம் முழுமைக்கும் தெளிவாக உரை தெரிந்து கொள்ள வேத ஞானமும் ஆகம ஞானமும் யோக நூற் பயிற்சியும் மந்திர சாத்திர அறிவும் ஞானசாத்திர உணர்வும்

வேண்டும். இவற்றை முற்றப் பெற்றாலும் இதிலுள்ள பல செய்திகள் தெளிவாக விளங்கா. அதனால்தான் இந்நூல் முழுவதற்கும் இதுகாறும் யாரும் உரை எழுதவில்லை. பழைய உரைகள் சில பாடல்களுக்கு மாத்திரம் இருக்கின்றன.

திருமூலர் இந்தப் பாடல்களை அருளிய திருவாவடு துறையில், மிகப் புகழ்பெற்ற சைவ ஆதீனம் ஒன்று இருப்பதை யாவரும் உணர்வர். அவ்வாதீனத்தினர் ஒவ்வோராண்டும் திருமந்திர மகாநாடு கூட்டிப் பல சொற்பொழிவை நிகழச் செய்கிறார்கள். திருமந்திரத்திற் சில சில பாடல்களின் பழைய உரைகள் அடங்கிய இரண்டு நூல்களை வெளியிட்டிருக் கிறார்கள். இப்போது திருவாவடுதுறையாதீனத்தில் *21*-ஆவது பட்டத்தில் ஞானாசாரியராக எழுந்தருளியிருக்கும் ஸ்ரீலஸ்ரீ சுப்பிரமணிய தேசிக சுவாமிகள் இத்தகைய பயனுள்ள தொண்டுகளைச் செய்து வருவது தமிழகத்தின் தவப் பேறென்றே கொள்ள வேண்டும். கன்னடியத் திருமேனிக் கம்பளச் சட்டைக் கயிலாய சித்தர் என்னும் சிவயோகியர் சில பாடல்களுக்குச் செய்தருளிய உரையுடன் கூடிய திருமந்திரப் பதிப்பொன்றும் *(1954)*, சிவயோகப் பகுதி முதலியவற்றுக்கு உரிய பழைய உரை அடங்கிய பதிப்பொன்றும் *(1955)* இவ்வாதீனத்திலிருந்து வெளி வந்திருக்கின்றன.

1912-ஆம் ஆண்டில் மாவை வே. விசுவநாத பிள்ளை யென்னும் அறிஞர் திருமந்திரப் பதிப்பு ஒன்றை வெளியிட்டார்; அதில் மூலமும் குறிப்புரையும் அடங்கி யிருக்கின்றன. வேதாரணியம் டாக்டர் வி.வி.ரமண சாஸ்திரிகள் எழுதிய விரிவான அரிய நூன்முகம் ஒன்று இப்பதிப்பை அணி செய்கிறது. பதிப்பாசிரியர் தாம் எழுதிய பதிப்புரையில் திருமந்திரம் முழுமைக்கும் உரை எழுதி வைத்திருப்பதாகவும், அது அச்சில் இருப்பதாகவும் தெரிவித்திருந்தார். அந்தப் பதிப்பு வெளியில் வரவே இல்லை.

திரிசிரபுரம் திரு. அ. சிவானந்தசாகர யோகீசுவரர் என்னும் பெரியார் திருமந்திரம் முழுமைக்கும் உரை எழுதி யிருக்கிறாராம். அதில் 20 பாடல்களுக்குரிய உரையை மாத்திரம் சமீபத்தில் புகழுடம்பு பெற்ற வரகவி திரு அ.சுப்பிரமணிய பாரதியாரவர்கள் வெளியிட்டிருக்கிறார் (1954). அச்சிறு நூலின் தோற்றுவாயில், அவ்வுரையைப் பற்றிய வரலாற்றைப் பின்வருமாறு தெரிவிக்கிறார்.

'திரு அ.சிவானந்த சாகர யோகீசுவரர் சித்தர்களுடன் இருந்து பழகியவராதலின், இவர் சென்னையில் திருவல்லிக் கேணியில் கல்லூரித் தமிழாசிரியராய் இருந்த சமயம் கடந்த நாற்பத்தைந்தாண்டுகட்கு முன் தம்முடைய அன்பர் பலருடைய வேண்டுகோட்கு இணங்கித் திருமந்திரத்திற்கு உரை இயற்றத் தொடங்கி மூன்று வருஷ காலங்களுக்குள் இரண்டாயிரத்தைந் நூறு மந்திரங்களுக்குமேல் உரை செய்து முடித்தனர்... அவர்கள் இயற்றிய உரையுடன் கூடிய அம்மந்திரங்களை அவர் காலத்திலே அவர் முன்னிலையில் அச்சிடப் பலவாறு முயற்சி செய்த பார்த்தேன். பயன்பெற முடியவில்லை. பின்னர் அவைகளை ஒரு பேழைப் புத்தகமாக்கிப் பாதுகாத்து வரலானேன். இப்போது சமீபத்தில் ஐந்து வருஷங்களுக்கு முன் கவனிக்கையில் தாள்கள் அனைத்தும் மட்கிப் போய்த் தொடுவதற்கு முன் தூள் தூளாக ஒடிந்து உதிரும் நிலைமையில் உள்ளது கண்டு எனக்குக் கிடைத்த ஒழிவு நேரத்தில் அவற்றிற்கு வேறு பிரதி அமைப்பதில் கவனம் செலுத்தினேன். மந்திரத்தின் ஒன்பது தந்திரங்களில் மூன்று, ஐந்து, ஆறு தந்திரங்களும், ஒன்று, நான்கு, ஏழு தந்திரங்களிற் சில பாடல்களுமே உருவாக்கப்பட்டன. மற்றவை உருவாக்கற்கியலாதனவாய் உதிர்ந்து போயின.

'இதைக் காணும் தமிழ் அன்புச் செல்வர்கள் முயன்று எஞ்சியிருப்பவற்றையாவது புத்தக உருவில் வெளியிட முயன்றால் தமிழ் நாட்டுக்குப் பயன்படும்.'

இந்தப் புத்தகத்தில் மிகவும் நுட்பமான பாடல்களை விளக்கும் செயலை நான் மேற்கொள்ளவில்லை. பதினேழு பாடல்களை எடுத்துக் கட்டுரை யுருவத்தில் விளக்கம் எழுதியிருக்கிறேன். திருமுறை மலர்களைப் பாராட்டி ஆதரித்து ஊக்கம் ஊட்டும் அன்பர்களுக்கு என் நன்றியைத் தெரிவித்துக் கொள்கிறேன்.

கி. வா. ஜகந்நாதன்.

ஞானக் கொழுந்து

சைவ சமயத்தில் உள்ளவர்கள் எந்தக் காரியம் செய்தாலும் கணபதியைத் தொழுது தொடங்குவது வழக்கம். பெரிய அரண்மனையின் வாயிலில் யானை நிற்பது போலத் திருக்கோயில்களில் புகும்பொழுதே யானை முகனாகிய கணபதி வாயிலில் வீற்றிருப்பதைக் காணலாம்.

சைவ சமயத்தில் சிவபிரானுடைய குமாரர்களாகிய விநாயகரையும் குமரவேளையும் சிவபிரானுக்குரிய மதிப்புடனே போற்றுவது வழக்கம். எல்லா மந்திரங்களுக்கும் மூலமாகிய பிரணவ சொரூபி விநாயகர் என்று சாத்திரம் கூறும். ஞானத்தை வழங்கும் விநாயகரை யோகிகளும் மூலாதாரத்தில் உள்ள தெய்வமாகப் போற்றுவர்.

சிறந்த யோகியும் சிவாகமக் கருத்துக்களைத் தமிழில் அருளியவருமாகிய திருமூலர் முதலில் கணபதிக்கு வணக்கம் கூறுகிறார்.

விநாயகனுடைய திருவுருவத்தை நினைக்கும்போது யானை முகந்தான் முதலில் நினைவுக்கு வரும். அந்த முகத்தின் சிறப்பிலக்கணம் துதிக்கை. யானைக்குத் துதிக்கையாகிய ஒரு கைதான் உண்டு. ஆனால் யானை முகனாகிய கணபதிக்கோ தெய்வ நிலைக்கு ஏற்ப அமைந்த நான்கு திருக்கரங்களும் யானை முகத்துக்கு ஏற்ப அமைந்த நெடுங்கையாகிய துதிக்கை ஒன்றும் ஆக ஐந்து கரங்கள் உண்டு. துதிக்கை அன்பர்கள் உள்ள இடத்துக்கு நீண்டு சென்று வழங்கும் ஆற்றல் உடையது.

"தருகை நீண்ட தசரதன்"

என்றது போலக் கணபதி நீண்ட கை படைத்திருப்பது, தான் வேண்டியதைப் பெறுவதற்கு அன்று; அவன் ஒன்றாலும் குறைவு இல்லாதவன். தன்னை அணுக அஞ்சுவாருக்கும் நீண்டு சென்று வழங்கும் வண்மையை உடையவன் என்பதைத் துதிக்கை காட்டுகிறது.

இறைவனுடைய திருவருளைப் பெறவேண்டும் என்ற நாட்டம் பிறவாமல் நம்மை மலத்தில் அழுத்துவதற்குக் காரணமாக இருப்பது நம்முடைய பொறிகள். இந்தப் பொறிகளின் வாயிலாக நுகரும் நுகர்ச்சிக்கு அடிமைப்பட்டு அந்த நுகர்ச்சியே வாசனையாகப் படிய, அதனால் பிறந்து பிறந்து உழல்கிறோம். ஐம்பொறிகளின் குறும்பை அடக்க வேண்டுமானால் ஞானம் உண்டாக வேண்டும். இறைவனுடைய திருவருளால் ஞானம் உண்டாகும். ஞான தாதாவாகிய விநாயகன் ஐம்பொறிகளையும் அடைத்து அருள் செய்ய ஐந்து கரங்களைப் பெற்றிருக்கிறான்.

"உரன்என்னும் தோட்டியான் ஓர்.ஐந்தும் காப்பான்
வரன்என்னும் வைப்பிற்கோர் வித்து"

என்று வள்ளுவர் வாய் மலர்ந்தார். ஐம்பொறிகளாகிய மதயானையை அடக்கும் அங்குசத்தையும் பாசத்தையும் தன் கரங்களில் வைத்திருக்கிறவன் கணபதி. மற்ற யானைகள் பாசத்தையும் அங்குசத்தையும் கண்டால் அஞ்சும், கணபதியோ அவ்விரண்டையும் தன் திருக்கரத்திலே கொண்டவன். அவை கட்டுப்படும் யானைகள். இவனோ கட்டுப்படாத யானை மட்டும் அன்று; ஐம்பொறிகளாகிய யானைகளைக் கட்டுப்படுத்தி, அவற்றால் அஞ்சிக் கட்டுப்பட்ட உயிர்களைப் பாசத்தினின்றும் விடுவிப்பவன். மற்ற யானைகளுக்குக் காமத்தால் மதம் புறப்படும். கணபதிக்கோ அருளாகிய மதம் மலரும்.

"கருணையென்னும் வெள்ளமதம் பொழிசித்த வேழம்."

கை செயலுக்கு அறிகுறி. கை என்ற சொல்லுக்கே செயல் என்ற பொருள் உண்டு; கையறல் என்ற தொடரால் அது

விளங்கும். ஐந்து கைகள் உடையவன் என்பது ஐந்து தொழிலை உடையவன் என்பதற்குரிய அறிகுறியுமாகும். படைப்பு, காப்பு, அழிப்பு, மறைப்பு, அருளல் என்னும் ஐந்துக்கும் தலைவன் ஐங்கரன்.

யானைத் தலை பெரியது. அறிவுக்குத தலை அடையாளம். மற்றவர்களுக்கெல்லாம் உள்ள தலைகளை விடக் கணபதிக்குப் பெரிய தலை இருக்கிறது; அவன் யாவரினும் பெரிய அறிவுடையவன் அல்லவா? ஞானத்தின் இருப்பிடம் அவன்; முற்றறிவுடைய மூர்த்தி.

அவனுக்கு யானையைப்போல இரண்டு கொம்புகள் இருந்தும் ஒன்றை ஒடித்து விட்டான். இப்போது இருப்பது ஒற்றைக் கொம்புதான். மற்ற யானைக்கும் தனக்கும் வேறுபாடு தோற்றும்படி ஒற்றைக் கொம்புடன் விளங்குகிறான். அக்கொம்பு மூன்றாம் பிறைச் சந்திரனைப் போல மாசு மறுவற்று வெண்மையாய் வளைவையுடையதாய் விளங்குகின்றனது.

விநாயகன் தன் கொம்புகளில் ஒன்றை ஒடித்துக் கயமுகாசுரனைச் சங்காரம் செய்தான்; மேரு மலையில் பாரதத்தை எழுதினான். நல்லோருக்குத் தீங்கு பயக்கும் அசுர சக்திகளை ஒடுக்கிக் கல்லையும் பதப்படுத்தும் ஆற்றல் அக்கொம்புக்கு உண்டு. இறைவனுக்கு நிக்கிரகம், அநுக்கிரகம் என்ற இரண்டு ஆற்றல்கள் உள்ளன. அவை பகையினாலும் நட்பினாலும் அமைவன அல்ல. அருளால் செய்வனவே அவை இரண்டும். குணமற்ற பிள்ளையை அடித்தும் குணமுள்ளவனை அணைத்தும் வளர்க்கும் தாய்போல் இருப்பவன் அவன். அடித்தலுக்கும் அணைத்தலுக்கும் காரணமாக இருப்பது தாயினுடைய அன்பே ஆகும். அவ்வாறே நிக்கிரகம், அநுக் கிரகம் இரண்டுக்கும் மூலம் அருள்தான். நிக்கிரகத்துக்குக் காரணமானதை மறக்கருணை யென்றும், அநுக்கிரகத்துக்குக் காரணமானதை அறக்கருணையென்றும், கூறுவர்.

விநாயகருடைய கொம்புகள் இரண்டில் ஒடித்த கொம்பு மறக் கருணையையும், ஒடிக்காத கொம்பு அறக்கருணையையும் குறிப்பன. அடிபணியும் அன்பருக்கு மறக்கருணை தோற்றாது. அறக் கருணையை நினைவுறுத்தும் ஒற்றைக் கொம்புதான் தெரியும், இந்துவின் இளம் பிறையைப் போலக் கண்ணுக்குக் குளிர்ச்சியாய்த் தோற்றம் அளிக்கும். நமக்கு அருள்புரிவான் என்ற எண்ணத்தால் உள்ளம் குளிருமல்லவா?

ஐந்த கரத்தனை ஆனை முகத்தினை
இந்து இளம்பிறை போலும் எயிற்றனை.

[ஐந்து கரத்தனை என்றது: ஐந்தாவது கரமெனப்படும் துதிக்கை பிரணவாகாரமாதலால் அதனனச் சிறப்பித்தற்கே; அன்றியும் தேவிபஞ்சப் பிரணவங்களில் முதன்மை பெற்ற மஹா ஸாரஸ்வத பீஜமாகிய ஐங்காரத்தை முன்னர் அமைத்துப் பின்னர் ஆகாச வாசகமாகிய தகரத்தையும், பரமசிவ வாசகமாகிய உகரத்தையும் அமைத்த முறைபற்றிச் சகல சப்தமயப் பிரபஞ்சத்திற்கும் ஆதாரமாகிய சிதம்பரத்தின்கண் 'ஆகாச சரீரம் ப்ரஹ்ம' என்று வேதாந்தம் கூறியவாறு அதன் மயமாய், அதிற் கருணானந்தத் திருமேனி கொண்டருளிய பரமசிவத்தினது திவ்ய சொரூப இலக்கணம் அமைந்தது. -திருமந்திரம், மா.வே.விசுவநாத பிள்ளை பதிப்பு, 1912.]

(ஐந்து திருக்கரங்களை உடையவனை, ஆனை முகம் உடையவனை, சந்திரனது இளம்பிறையைப் போன்ற ஒற்றைக் கொம்பை உடையவனை.)

விநாயகக் கடவுள் சிவபெருமானுடைய குமாரன், கடவுள் ஒருவனேயானாலும் தன்னை வழிபடுபவர்களுடைய நாட்டத்துக்கு ஏற்ப வெவ்வேறு திருவுருவம் கொண்டு காட்சி அளிக்கிறான். அவன் எடுக்கும் ஒவ்வொரு கோலத்திலும் தனித்தனியான சில இயல்புகள் சிறப்பாகப் புலப்படும். சிவபெருமான் தந்தை, விநாயகன் அவனுடைய பிள்ளை என்ற உறவு, உலகில் உள்ள தந்தை மகன் என்ற உறவு முறையைப் போன்றதன்று. கங்கையில் உள்ள நீரைத் தமக்குப்

பயன்பட வேண்டும் என்ற கருத்தினால் ஒரு வெள்ளிக் குடத்தில் எடுத்துக் கொணர்ந்த வைத்துக் கொள்கிறார் ஒருவர். அவர் அதை வெள்ளிக்குடத்து ஜலம் என்று சொல்வார். அந்த நீரையே கங்காஜலம் என்றும் சொல்லலாம். இரண்டுக்கும் வேறுபாடு இல்லை. சிவபரஞ்சுடரின் இயல்புகளை எண்ணும் பக்தர் களுக்கு விநாயகன் வேறு அல்லன் என்ற உண்மை தெரியும். ஆயினும் விநாயகன் என்று தனியே வைத்து வழிபடும்போது பரம்பொருளின் இயல்புகளிற் சிலவற்றைச் சிறப்பாகவும் அழுத்தமாகவும் எண்ணும் நிலை உண்டாகிறது.

தன்னை எண்ணாதவருக்கு இடையூறுகளையும், எண்ணுவாருக்கு இடையூறு நீக்கத்தையும் உண்டாக்குபவன் என்று விக்கினேசுவரனைச் சொல்வார்க்ள. அது அவனது சிறப்பியல்பு. யானை தீங்கும் புரியும்; நன்மையும் புரியும் அல்லவா?

சிவபிரானுடைய குமாரனாகிய விநாயகன் ஞானக் கடலின் ஓர் அலை. ஞானக் கடல் சிவபிரான்; அவனுடைய குமாரன் அதன் அலை. அலை என்று தனியே பெயர் சொன்னாலும் அது கடலினின்றும் வேறு என்று சொல்லலாமா?

நந்தி என்பது சிவபிரானுக்கு ஒரு பெயர். விநாயகன் அந் நந்தியின் மகன். நந்தி ஞானக் கற்பகம் போல நிற்பவன்; அக் கற்பகத்தின் கொழுந்தாக விளங்குபவன் கணபதி.

நந்தி மகன்றனை ஞானக் கொழுந்தினை.

[ஞானக் கொழுந்தினை என்றது: அவர் திருமேனி சுத்த சைதன்ய மயமென்று குறித்தற்கு; அது மூலாதாரத்தின்கண் யோகி களின் பாவனா ரூபமாய் அமைதலால் என்க.- திருமந்திரம், மா.வே.விசுவநாத பிள்ளை பதிப்பு.]

(சிவபிரானுடைய திருக் குமாரனை, ஞானமென்னும் கற்பக மரத்தின் கொழுந்து போன்றவனை.)

விநாயகனைப் பார்க்கும்போது முதலில் அவன் துதிக்கையும் மற்றக் கைகளும் தெரிகின்றன; ஐந்து கரத்தன் என்று போற்றுகிறோம். பிறகு பெரிய ஆனைமுகம் காட்சி அளிக்கிறது. ஒற்றைக் கொம்பையும் காண்கிறோம். ஐம் பொறியை அடக்கும் ஞானத்தை வழங்கும் வள்ளல், பேரறி வுடையவன், அநுக்கிரக சக்தி யுடையவன், பரம சிவத்தின் கான் முளை, ஞான சொரூபி என்றெல்லாம் தெரிந்து கொண்டோம். அந்த எண்ணங்கள் யாவற்றையும் நம்முடைய புத்தியிலே வைத்துப் பார்க்கிறோம். ஒருவன் சிறந்தவன் என்ற அறிவு உண்டானால் நமக்கு அவனிடம் மதிப்பு ஏற்படும். அப்படி ஏற்பட்டால் நாம் அவனிடம் பணிவாக நடக்கத் தொடங்குவோம். இங்கே கணபதியின் இயல்புகளைச் சிந்தித்துப் பார்த்தோம்; புத்தியில் வைத்தோம். அப்போது அவனிடத்தில் பக்தி தோன்றுகிறது. உடனே, அவனைப் பணிய வேண்டும் என்ற உணர்வு எழுகிறது. அவன் திருவடிகளில் விழுந்து வணங்குகிறோம்.

திருமூலர் அவன் இயல்புகளைப் புந்தியில் வைத்தார்; பின்பு அவன் அடியைப் பணிந்து வணங்குகிறார்.

புந்தியில் வைத்தடி போற்றுகின் றேனே.

(புத்தியில் வைத்துத் திருவடிகளைப் பணிகின்றேன்.)

'ஐந்து கரமும் ஆனை முகமும் பிறையைப் போன்ற ஒற்றைக் கொம்பும் உடையவன் விநாயகன்; அவன் சிவகுமாரன்; ஞான சொரூபி. அதனைத் தியானித்து அவன் திருவடியை வணங்குகிறேன்' என்று திருமூலர் பாடுகிறார்.

ஐந்து கரத்தனை ஆனை முகத்தனை
இந்து இளம்பிறை போலும் எயிற்றனை
நந்தி மகன்றனை ஞானக் கொழுந்தினைப்
புந்தியில் வைத்துஅடி போற்றுகின் றேனே.

(இந்து-சந்திரன். வடசொல் ஆதலின் உகரம் முற்றுகரமாகக் கெடாமல் நின்றது. எயிறு-கொம்பு; எயிற்றன்-கொம்பை

உடையவன். புந்தி; புத்தி யென்பதன் திரிபு. ஐந்து கரத்தன் முதலிய யாவும் விநாயகனையே குறித்தன.)

இவன் அருளுவான் என்ற நம்பிக்கையோடு கணபதியை அணுகுவதால், அந்த நம்பிக்கையை அருளும் ஐங்கரங்களை முதலில் சொன்னார். தன்னிடம் ஒன்று இல்லாதான் பிறனுக்கு எவ்வாறு கொடுக்க இயலும்? இவன் பிறருக்கு அளிக்கும் பொருளாகிய அறிவு நிரம்பப் பெற்றவன் என்பதற்கு ஆனைமுகத்தன் என்று பின் கூறினார். கொடுக்கும் கையும், பொருளும் உடையவனானாலும் அருளும் இயல்பு உண்டோ என்று ஐயுறுவாருக்கு, அநுக்கிரக சக்தியுடையவன் என்பதை உணர்த்த, இளம் பிறை போலும் எயிற்றன் என்றார். இவன் இப்படி இருப்பதற்கு அடி எங்கே எனின், நந்தி மகன் என்றார். நந்திக்கும் இவனுக்கும் உள்ள தொடர்பு எத்தகையதோ என்பாருக்கு ஞானக் கொழுந்து என்றார்.

இத்தகைய பெருமானை வெறு நிலத்தில் விளைய விடாமல் புத்தியாகிய நிலத்தில் வைத்துப் போற்றுவேன் என்றார். கரமும் முகமும் எயிறும் அவன் பெருமைகளைக் காட்டினாலும் அவை புந்தியிலே வைத்தற்குரியனவே யன்றி, யான் பற்றிக்கொள்வதற்கு உரியன அவன் திருவடிகளே என்று குறிப்பிக்க, "அடி போற்றுகின்றேனே!" என்றார்.

மனம், மொழி, மெய் என்ற மூன்று கரணங்களாலும் கடவுளைப் போற்றுதல் மரபு. 'புந்தியில் வைத்து" என்பது மனத்தால் நினைத்தலைக் குறித்தது. "அடி போற்றுகின்றேன்" என்றது மெய்யால் வழிபடுதலைக் குறித்தது. வாக்கால் வழுத்துகிறேன் என்று தனியே எடுத்துச் சொல்லாவிட்டாலும், இந்தப் பாட்டை அருளியதே வாக்கின் செயலாதலின் மொழியால் போற்றியதாயிற்று; இது உடம்படுபுணர்த்தல் என்பதன்பாற் படும்.

இந்தப் பாட்டுத் திருமந்திரத்தில் உள்ள காப்புச் செய்யுள்.

நாணலும் கோணலும்

பசியினால் துடிக்கும் குழந்தை பால் பால் என்று கதறும். அப்போது அதற்கு விளையாட்டுப் பண்டங்களைக் கொண்டு வந்து குவியலாகத் தந்தாலும் அவற்றைக் கண்ணெடுத்தும் பாராது. இறைவனுடைய திருவருளைப் பெறுவதற்காக ஏங்கி நிற்கும் அன்பருடைய நிலையும் அத்தகையதே. பசி, தூக்கம், இன்பம், துன்பம் என்பவற்றை மறந்து, "அவனை என்று காண்பேன்!" என்று ஏங்கித் துடிக்கும் அன்பர்களுக்கு அவனுடைய தரிசனம் கிட்டும் வரையில் அமைதி பிறவாது; இருப்புக் கொள்ளாது; உலக வாழ்வு சுவைக்காது.

ஸ்ரீ ராமகிருஷ்ண பரமஹம்ஸர் இத்தகைய நிலையில் இருந்து அம்பிகையின் தரிசனத்தைப் பெற்றவர். கடவுள் தரிசனத்துக்காக ஏங்கும் நிலையை உணர்த்த ஒரு நல்ல உதாரணம் அவர் சொல்கிறார். ஒருவனைத் தண்ணீரில் ஒரு நிமிஷம் அமிழ்த்தி விட்டுப் பிறகு அவனை விடுதலை செய்து, “உனக்கு எப்படி இருந்தது?” என்று கேட்டால் அவன், "எப்போது மூச்சுவிடப் போகிறோம்! எப்போது காற்றைச் சுவாசிப்போம்! என்ற துடிப்பையல்லாமல் வேறு நினைவே இல்லை" என்று சொல்வான். அவ்வாறே இறைவனுடைய காட்சிக்காக வேசாறி நிற்கும் அன்பர்களும் கடவுள், கடவுள் என்ற நினைவையன்றி வேறு எதையும் நினைக்க இயலாத நிலையில் இருப்பார்கள்.

"என் அப்பனே! உன்னை என் கண்ணாரக் காணும்பேறு எப்போது கிடைக்கும்? இந்தப் பாவியின் முன் எப்போது எழுந்தருள்வாய்?” என்று அவர்கள் கதறுவார்கள்; அவன் அருளைப் பெற்ற பழைய அன்பர்களை எண்ணி எண்ணி,

"அவர்கள் பெற்றது யாம் பெற்றிலமே!" என்று வருந்துவார்கள்.

இறைவன் இல்லாத இடம் ஒன்று இல்லை. ஆனால் அவன் இருப்பதை உணரும் ஆற்றல் யாவருக்கும் இருப்பதில்லை. மழை எங்கும் பெய்தாலும் அது மேடான பாறையில் தங்கி நிற்பதில்லை. பெய்த சிறிது நேரத்தில் பாறையைப் பார்த்தால் மழை பெய்த சுவடே இராது. ஆனால் பள்ளத்தில் மழைத் தண்ணீர் தேங்கி நிற்கும். சில நாள் கழித்துச் சென்று பார்த்தாலும் மழை பெய்ததற்குரிய அடையாளமாக அங்கே நீர் இருப்பதைக் காணலாம். இறைவன் எவ்விடத்திலும் நீக்கமற நிறைந்து நின்று அருள் மழை பொழிந்து கொண்டே இருக்கிறான். அவ்வருள் மழையினால் ஈரம் கொள்ளாத பாறைகளாகப் பல உள்ளங்கள் இருக்கின்றன. அதைத் தேக்கிக் கொள்ளும் பள்ளங்களாகச் சில உள்ளங்கள் இருக்கின்றன. அடியார் உள்ளமாகிய பள்ளத்திலே அருள் தேங்குகிறது. இறைவனே அங்கு நிலைத்து நிற்கிறான்.

உலகத்து மக்களிற் பெரும்பாலோர் இறைவனைத் தரிசிக்க இயலாமல், அவன் அருள் மழை பெய்தும் பயன்படுத்திக் கொள்ளாமல் வாழ்நாளை வீணாக்கிக் கொண்டு கிடக்க, அன்பர்களோ அவனைத் தம் நெஞ்சக் கோயிலில் பூட்டித் தாழிட்டு விடுகிறார்கள். அவனைக் காணும் வரையில் அந்த அன்பர்களும் மற்றவர்களைப் போலவே வாழ்ந்தாலும், அவனது காட்சி பெற்ற பிறகு அவர்கள் வாழ்க்கைப் போக்கே மாறிவிடுகிறது. அதுவரையில் அவர்கள் காணும் காட்சி ஒரு வகை; அருள் பெற்ற பின் அவர்கள் காணும் முறையே வேறு ஆகிவிடுகிறது. அதற்கு முன்பெல்லாம் அவர்கள் தங்களுடைய அறிவின் தூண்டுதலால் பொருள்களைப் பார்த்து அறிந்தார்கள்; நுகர்ந்தார்கள். ஆனால் இறைவன் அவர்கள் உள்ளத்தில் நின்ற பிறகு அவர்கள் தாமாக இயங்குவதில்லை; தமக்கென்று ஒரு செயல் உடையவராகவே எண்ணுவதில்லை. எல்லாம் அவன் செயலாகத் தற்போதம் இழந்து நிற்பார்கள். அவர்கள்

உள்ளத்தில் நிற்கும் இறைவன் எந்தச் செயலுக்கும் மூலகர்த்தாவாகத் திகழ்வான்.

இத்தகைய அடியார்களின் உள்ளம் நேரான உள்ளம்; நேர்மையான உள்ளம்; காமம், கோபம் முதலிய கோணல்கள் இல்லாத உள்ளம். குடியில்லாத வீட்டிலே பாம்பும் தேளும் வாழும்; மனிதர்கள் குடிவந்துவிட்டால் அவை போய்விடும்.

மற்ற மக்கள் உள்ளம் காமம் முதலிய பாம்பும் தேளும் குடியிருக்கும் இடம். இறைவன் வந்து நிற்கும் அடியார் உள்ளமோ கோணல்கள் நில்லாத இடம். கோணல் நின்றால் இறைவன் நில்லான்; இறைவன் நின்றால் கோணல் நில்லாது.

கோணல்நில் லாத குணத்துஅடி யார்மனம்.

அந்த மனமே சிங்காதனமாக இருந்து இறைவன் அருளாட்சி புரிகின்றான். அவனே மாற்றறியும் உரையாணியாக இருந்து, உலகத்தைக் காட்டுகிறான். அவன் காட்டாத போது கோணல் நின்ற மனத்தின் போக்குக்கு ஏற்பக் கண்ட காட்சிக்கும், அவன் காட்ட அவன் அருளே கண்ணாகக் காணும் காட்சிக்கும் எத்தனையோ வேறுபாடு உண்டு. இப்போது இறைவன் கோணல் நில்லாத மனத்தில் தானே உரையாணியாக அமர்ந்து நிலையாக நிற்கிறான்.

கோணல்நில் லாத குணத்துஅடி யார்மனத்து
ஆணிய னாகி அமர்ந்துநின் றானே.

(கோணல்-அருள் நெறியினின்றும் திரும்புவதற்குக் காரணமான குற்றங்கள். கோணல் நில்லாத மனம், குணத்தையுடைய அடியார் மனம் என்று கூட்டிப் பொருள் செய்க, ஆணியன்-உரையாணியைப் போன்றவன். நின்றானே-நின்ற எம்பெருமானே; விளி.)

இப்படிக் கோணல் நில்லாத அடியார் மனத்திலே அவாகளுக்கு மாலுமிபோல இருந்து நடத்துவிக்கும் பெருமான் நம்மளவில் மறைந்து நிற்கிறானே! அவனைக்

காணும் வாய்ப்பு இல்லையே!' என்று ஏங்குவது முன்னே சொன்ன அடியார்களின் இயல்பு. அப்படி ஏங்கும் நிலையில் உள்ள ஒருவர் இறைவனையே பார்த்துப் பேசுகிறார்.

"இறைவனே! நீ இங்கு வந்து நிற்கமாட்டாயா?" என்றார் அவர்.

"நான் இல்லாத இடம் ஒன்றும் இல்லையே! வந்து புதிதாக நிற்கவேண்டுமோ?" என்றான் இறைவன்.

"நீ நிற்கிறாய் என்பது உண்மை. ஆனால் அடியேன் காணும்படி நிற்கவில்லையே!" என்றார் அன்பர்.

"என்னைக் கண்டு உனக்கு என்ன பயன்?" என்ற கேள்வி பிறந்தது.

"எனக்கு எல்லாப் பயனும் உன்னாலேதான் கிடைக்க வேண்டும்."

"அதை வேறு யாரிடமேனும் முயன்று பெற்றுக் கொள்ளலாமே!"

"வேறு யாராலும் எனக்கு நன்மை செய்ய இயலாது. எனக்கு நின்னையன்றி உறவு வேறு யாரும் இல்லை."

"நீ என்னைக் கண்டால் என்ன செய்வாய்?"

"உடனே ஓடிவந்து உன்னை இறுகத் தழுவிக் கொள்வேன்."

"முன்னே காணாத கணவனைக் கண்டவுடன் நாணம் கொள்ளும் பெண்ணைப் போல நாணம் உண்டாகாதா? எப்படித் தழுவிக் கொள்ள முடியும்?"

"அடியேன் நாணி நிற்கமாட்டேன். என் ஆசையின் வேகம் அத்தகையது. அயலில் ஒரு பொருள் இருப்பதாக நினைவு இருந்தால்தானே, நாணம் உண்டாகும்? தாயை ஓடிச் சென்று

கட்டிக் கொள்ளும் குழந்தை நாணம் அடைகிறதா? அப்படி நான் உன்னைத் தழுவிக் கொள்வேன்."

"நான் பிறர் தழுவ நிற்பவன் என்று எவ்வாறு அறிந்தாய்?"

"கோணல் இல்லாத மனத்தையுடைய பக்தர்களின் உள்ளத்தில் நீ இணைந்து அமர்ந்து அவர்களுக்கு வழி காட்டி பாகவும் உரையாணியாகவும் நிற்பதை அறிவேன்."

திருமூலர் பாட்டு ஒன்று இந்தக் கற்பனைக்கு இடம் தருகிறது.

காணநில் லாய்;அடி யேற்குஉறவு ஆர்உளர்?
நாணநில் லேன்உன்னை நான்தழு விக்கொளக்
கோணல்நில் லாத குணத்துஅடி யார்மனத்து
ஆணியன் ஆகி அமர்ந்துநின் றானே!

(குற்றங்களாகிய கோணல்கள் நில்லாத குணசீலர்களாகிய அடியாருடைய மனத்தில் உரையாணியைப் போல எழுந்தருளி நிலையாக நிற்பவனே! நீ அடியேன் காணும்படி என்பால் வந்து நிற்பாயாக. எனக்கு நீ அருள் செய்யாவிடில் அடியேனுக்கு உறவாவார் வேறு யார் இருக்கின்றனர்? நீ அடியேன் காணும்படி வந்து நின்றால் உன்னைத் தழுவிக் கொள்வதற்கு நாணி நிற்க மாட்டேன்.

தழுவிக்கொள்ள நாணி நிலேன். நாண என்றது நாணி என்பதன் திரிபு; எதுகை நோக்கி. நாணம் நில்லேன் என்று பிரித்து நாணத்தில் நில்லேன் என்றும் பொருள் கொள்ளலாம். ஆணியன்-அச்சாணி போன்றவன் என்றும் சொல்லலாம். தேர் உருளுவதற்குப் பலமாக ஆணி இருப்பதுபோல அடியார்களின் வாழ்க்கைக்கு ஆதாரமாக இறைவன் இருக்கிறான். நின்றான் என்றது நிற்றலாகிய செயலைக் குறிக்காமல் நீடித்து இருந்தான் என்றதைக் குறித்தது.)

இறைவனிடம் முறுகிய பக்தி உடையவர்களுக்கு நாணம் நழுவிவிடும். தலைவனைத் தனித்துக் கண்டு அளவளாவி இன்புறும் தலைவிக்கு நாணம் இருந்தால் இன்புற இயலாது.

இறைவனுடைய அருளுக்காக ஏங்கி நிற்கும் பக்தர்களுக்கு நாணம் குறுக்கே நில்லாது.

"நாடவர் பழித்துறை பூணது வாக"

என்பது திருவாசகம். "உலகம் பழிக்குமே!" என்ற எண்ணம் இன்றி இறைவனைப் பற்றுபவருக்கே இன்பம் உண்டாகும்.

"ஊரூர் திரிந்தும் இவண்
தத்தம் மனத்தன பேசஎஞ் ஞான்றுகொல் சாவதுவே"

[நாயேறி வீழ்ந்தென் நடாத்திலென் ஞானிக்குப், பேயாம் உலகம் பழித்தென் புகழ்ந்தென்"-ஒழிவிலொடுக்கம்.]

என்று மாணிக்கவாசகர் கூறுகிறார். உலகத்தவர் பக்தர்களைக் கண்டு தம் மனம் போனபடி இழித்துபேச, அதற்கு நாணாமல் இறைவன் அருளிலே ஒன்றுபடுவது அன்பர் இயல்பு. சீவபோதம் ஒழிந்து நிற்பவருக்கு உலகம் என்ன சொன்னாலும் அதைப் பற்றிய கவலை தோன்றாது.

கோணல் உள்ளத்தில் இருந்தால் நாணல் இருக்கும். கோணல் ஒழிந்தால் நாணலும் ஒழியும்.

ஆர் அறிவார்!

அடியார்: *திருமூலதேவரே, தேவரீர் இறைவனைப் பற்றி எவ்வளவோ விரிவாகத் தெரிந்து கொண்டிருப்பீர்களே; அவற்றை ஒன்றும் குறைவின்றிச் சொல்ல வேண்டும். இறைவன் பெருமையை முற்றும் கேட்க எங்களுக்கு ஆசை.*

திருமூலர்: *பெம்பெருமான் பெருமையையா கேட்கிறீர்கள்? எங்கள் அண்ணல் பெருமையை முற்றும் அறியும் ஆற்றல் உள்ளவர் யார்?*

ஆர்அறி வார்எங்கள் அண்ணல் பெருமையை!

அடியார்: *அப்படி எல்லாம் சொல்லக்கூடாது. நீங்கள் இறைவன் திருவருளில் மூழ்கியவர்களாயிற்றே. அவன் மிகமிகப் பெரியவன் என்று நூல்கள் சொல்கின்றனவே. அவன் எவ்வளவு பெரியவன்? அகலம், நீளம் என்று கணக்குச் சொன்னால்தான் எங்களுக்கு விளங்கும்.*

திருமூலர்: *அவனுடைய வியாபகத்தைக் கேட்கிறீர்களா? அவனுடைய அகலத்தையும் நீளத்தையும் அளக்க நம்முடைய அறிவுக்கு ஆற்றல் ஏது? சர்க்கரைப் பொம்மையைப் கடலில் விட்டு அதன் ஆழத்தைப் பார்க்கலாமோ? அளந்து பார்க்கும் உள்ளம் அவனூடே கரைந்து போகுமே யன்றித் தனியே நின்று பார்த்துக்கொண்டிருக்குமா?*

ஆர்அறி வார்அந்த அகலமும் நிகளமும்.

அடியார்: *அளவு தெரியாது என்றால் ஒன்று சொல்லுங்கள். அவனுக்கு எத்தனையோ பேர்களைச் சொல்லுகிறார்களே;*

அவனுக்குச் சொந்தமான பேர் எது ? உங்களுக்கு அந்த இரகசியம் தெரிந்திருக்குமே!

திருமூலர்: *பலர் பல விதமாகச் சாட்சி சொன்னால் அத்தனை சாட்சியும் பொய் என்றுதானே கொள்ள வேண்டும்?*

அடியார்: *எல்லாப் பேர்களும் பொய்யானால் மெய்யான பெயர் எது?*

திருமூலர்: *அது பேர் அறியாத பொருள்.*

அடியார்: *எல்லோருக்கும் சம்மதமாக அவனை எவ்வாறு சொல்வது?*

திருமூலர்: *அவனைப் பெருஞ்சுடர் என்று சொல்லலாம். நட்சத்திரங்களும் சூரிய சந்திர அக்கினிகளும் சிறுசுடர்கள். இந்தச் சுடர்கள் எல்லாவற்றிற்கும் மேலான பெரிய சுடர் அது. அந்தச் சுடரின் ஒளியைத்தான் இந்தச் சிறிய சுடர்கள் பெற்று விளங்குகின்றன.*

அடியார்: *அவனுக்கு அளவு தெரியாது, பேர் தெரியாது என்று சொல்கிறீர்களே! பின்பு என்னதான் சொல்லப் போகிறீர்கள்? அவனுடைய ஆதி வரலாறு தெரியுமா?*

திருமூலர்: *ஆதியில்லாதவன் அவன்; அநாதி. அந்தக் கற்பக விருட்சத்துக்கு வேர் இன்னது என்று யாரும் உணர்ந்தார் இல்லை; நானும் உணர்ந்திலேன்.*

அடியார்: *நீங்கள் பாடத் தொடங்கினீர்களே! ஒன்றும் தெரியாது என்று சொல்லும் நீங்கள் எதைத்தான் பாடப் போகிறீர்கள்?*

திருமூலர்: *அவனைப் பற்றித்தான் சொல்லப் போகிறேன். அவனுடைய வேரை அறியாமல் விளம்பத் தொடங்குகிறேன். அதனை அறிந்துவிட்டால் விளம்ப இயலாது: 'கண்டவர் விண்டிலர்' என்று கேட்டதில்லையா?*

அடியார்: *அதன் வேரை அறியாமல் எப்படி விளம்ப முடியும்?*

திருமூலர்: *எல்லை கட்டி இன்னதுதான் என்று சொல்ல இயலாதேயன்றி, அரைகுறையாகக் கண்ட அளவில் சொல்ல இயலாதா?' கடல் கண்டோம்' என்றால், 'கடல் முழுவதையும் கண்டோம்' என்றா பொருள்? அவரவர்கள் ஆற்றலுக்கும் சந்தர்ப்பத்துக்கும் ஏற்றபடி கடலின் பகுதியைக் காண்கிறார்கள். நானும் அவ்வாறே கண்டதை விளம்புகிறேன். என் சொல்லுக்கு அடங்கிய அளவுடைய பொருள் அன்று அது. ஆயினும் நான் அதைப்பற்றி விளம்புகின்றேன்.*

ஆர்அறி வார்எங்கள் அண்ணல் பெருமையை!
ஆர்அறி வார்அந்த அகலமும் நிகளமும்!
பேர்அறி யாத பெருஞ்சுடர் ஒன்று; அதன்
வேர்அறி யாமை விளம்புகின் றேனே.

(எங்கள் பெருமானது பெருமையை யார் அறிவார்கள்? அவனுடைய அகலத்தையும் நீளத்தையும் யார் அறிவார்கள்? கடவுள் பலர் அல்ல. பேர் இன்னது என்பதை அறியாத பெரிய சுடர் ஒன்றுதான் உண்மைக் கடவுள்; அச்சுடரின் மூலத்தை அறியாமல் நான் இவற்றைச் சொல்லுகிறேன்.

அண்ணல்-தலைவன். நிகளம்-நீளம். அறியாமை-அறியாமல்.)

இறைவன் அருளால் பேரறிவு பெற்றவரும், ஆகமத்தின் நுட்பங்களைத் தமிழிலே பா[illegible]ப் புகுந்தவருமாகிய திருமூலரே அவையடக்கமாக, "வேர் அறியாமல் விளம்புகின்றேனே" என்று சொன்னால் ஏனையோர்களைப் பற்றி என்ன சொல்வது!

இறைவனுடைய திருவருளில் ஈடுபட்டு இன்புறுபவர்கள் மற்ற மனிதர்களைப் போலவே உடம்புடன் உலகில் வாழ்கிறார்கள். அவர்களுக்கு இரண்டு நிலைகள் உண்டு. இந்த உலகையும் உடலையும் மறந்த இன்பத்தில் கரைந்து நிற்கும் நிலை ஒன்று. அந்த நிலையிலிருந்து மீண்டும் உலக

நினைவுக்கு வரும் நிலை ஒன்று. உலக நினைவுக்கு வரும்போது அவர்கள் பேசுகிறார்கள்; அந்தப் பேச்சில் அவர்கள் அநுபவித்த இன்பத்தின் வாசனை இருக்கும்; பெருமிதத்தோடு பேசுவார்கள். உலக நினைவும் இருப்பதால் உலகத்தோடு ஒட்டியும் பேசுவார்கள்; அப்படிப் பேசும்போது அது குணமும் பணிவும் நிறைந்த பேச்சாக இருக்கும். நன்றாகக் கனிந்த பழத்தில் கண்ணுக்குத் தெரியாதபடி உள்ளே கனிந்த சாறு நிறைந்திருக்கும்; அது கனிந்ததை அதன் நிறத்தில் உண்டான மாறுபாடு தெரிவிக்கும். மாம்பழம் கனிந்தால் அதன் புளிப்பு இனிப்பாக மாறுகிறது; அது உள் மாற்றம். அப்படியே இறைவன் திருவருளில் ஒன்றி இன்புற்றவர்களுக்கு அவர்கள் மாத்திரம் உணரும் அனுபவம் ஏற்படும். அதோடு புறத்தாருக்கும் புலனாகும்படி அவர்களுடைய இயல்புகளில் மாறுபாடு உண்டாகும்; நெகிழ்ச்சியும் பணிவும் இனிமையும் அவர்களுடைய பேச்சிலும் செயலிலும் அமையும். அவை பழக்கத்தால் அமைவன அல்ல. அவர்கள் பெற்ற அநுபவத்தின் முதிர்ச்சி அந்த நிலையைப் புறத்திலும் உண்டாக்கும்.

இறைவனுடைய திருவருளில் ஈடுபட்டவர்களின் வாக்கில் இந்த இயல்புகள் யாவும் வெளியாகும். அவர்கள் உண்முகமாக இன்றி வெளி முகத்துக்கு வந்தவுடனே, பாடும்போது தாம் பெற்ற இன்பத்தைப் பெருமிதத்தோடு பாடுவார்கள். கருடன் தன் இரு சிறகுகளையும் விரித்து வானத்தில் எந்தப் பறவையும் செல்லாத உயரத்தில் மிதப்பதுபோல இருக்கும் அந்த நிலை. சற்றே கண் விழித்துப் பார்த்து உலகத்தவர் படும் வேதனைகளை உளம் கொள்ளும்போது அவர்கள் உள்ளத்தில் கருணை பிறக்கும். அப்போது மக்களைப் பார்த்து, "வீணாகக் கெட்டுப் போகாமல் இப்படிச் செய்யுங்கள்" என்ற உபதேசம் பிறக்கும். பின்னும் உலக நினைவு உள்ளத்திலே பதிந்து மற்ற மக்களோடு ஒருவராகக் கலந்து பழகும்போது, தாம் யாவரினும் இழிந்தவர்களைப் போலப் பேசும் பணிவு பிறக்கும். "பணியுமாம் என்றும் பெருமை" என்ற குறளுக்கு

இலக்கியமாக இருப்பார்கள். பின்னும் மிகுதியாக உலகத்தில் நிலையை உணரும்போது; அவர்கள் மற்ற மக்களோடு தம்மையும் ஒருவராக வைத்து அவர்கள் செய்யும் குற்றங்களைத் தம்முடையனவாகவே ஏறட்டுக்கொண்டு இரங்குவார்கள். முதல் நிலையில் நின்று பேசும் பெருமிதப் பேச்சுக்கும், இந்த நிலையில் நின்று பேசும் இரக்கப் பேச்சுக்கும் உள்ள வேறுபாடு பெரிதாகத் தோற்றும். நிலத்தில் மலையும் மடுவும் உண்மையாகவே பலகாலம் இருக்கும் மேடு பள்ளங்கள். அத்தகையன அல்ல இந்த நிலைகள். கடற்பரப்பில் திடீரென்று பேரலையும் அதையடுத்துக் குழிவும் உண்டாவது அடுத்த கணத்தில் மாறிச் சமம் பெறும். உண்மையில் இருப்பது அந்தச் சம நிலைதான்.

திருமூலர் இந்த அவையடக்கம் கூறும் நிலை பணிவான நிலை. இது அவருடைய குணச் சிறப்புக்கு அடையாளமாக நிற்கிறது.

திருமந்திரத்தில் பாயிரத்தில் வரும் பாடல் இது.

சூரிய காந்தம்

உபாத்தியாயர் விஞ்ஞானத்தைப் போதிக்கிறார். ஒளியைப் பற்றிச் சொல்லித் தருகிறார்; கண்ணாடி மூலமாக ஒளிக் கதிர்கள் எப்படிப் பாய்கின்றன என்பதை விளக்குகிறார். புடைத்திருக்கும் பூதக் கண்ணாடியில் கதிர்கள் பாய்ந்தால் அவை ஓரிடத்தில் ஒன்றுபட்டு அதிக உஷ்ணத்தை உண்டாக்கும் என்று ஒரு செய்தியைப் சொல்கிறார். அவர் அதை நிரூபித்துக் காட்டுகிறார். எப்படி?

பூதக்கண்ணாடியை எடுத்துக்கொண்டு சிறிது பஞ்சை அதன் முன் வைக்கிறார். பஞ்சு ஒன்றும் ஆகாமல் தன் இயல்பிலே இருக்கிறது. அதே பஞ்சைச் சூரியன் ஒளிவீசும் இடத்துக்குக் கொண்டு போய் அதே பூதக் கண்ணாடிக்குமுன் வைத்துக் காட்டுகிறார். கதிர்கள் ஒன்றுபடும் இடத்தில் வைக்கும்போது பஞ்சு பற்றி எரிகிறது. விஞ்ஞான உண்மை தெரியாதவர்களுக்கு இது செப்பிடு வித்தையைப் போலத் தோன்றும்.

பழைய காலத்திலும் இந்த உண்மை தமிழர்களுக்குத் தெரிந்திருக்கிறது. பூதக் கண்ணாடியைக் கதிரவனுக்குமுன் வைத்துக்கொண்டு அதன் எதிரே பஞ்சை வைத்தால் அது எரியும் என்று தெரிந்து கொண்டிருந்தார்கள்.

பூதக் கண்ணாடிக்குச் சூரியகாந்தம் என்று பெயர். சூரியனுடைய கதிர்களை ஓரிடத்தில் செறிந்து கூடச் செய்வதனால் இந்த நிலை உண்டாகிறது. இதனையே சூரியனுக்கு முன்னே சூரியகாந்தம் நெருப்பை உண்டாக்கும் என்று பழங்காலத்தில் சொன்னார்கள்.

சூரிய காந்தம் பஞ்சை இயல்பாகவே எரித்துவிடாது. சூரியனுடைய சந்நிதியில்தான் அது சுட்டு எரிக்கும்.

இந்த உண்மையை உபமானமாக வைத்துக் குருவின் பெருமையை விளக்குகிறார் திருமூலர்.

மும்மலங்களால் பிணிப்புண்ட ஆன்மா பிறப்பு இறப்புக்களில் உழன்று துன்பத்தை அடைகின்றது. மலங்களினின்றும் நீங்கி ஞானம் பெற்றால் பழவினைப் பற்றறுத்து ஆன்மா இறைவனோடு ஒன்றி முத்தியின்பத்தை அடையும். மலங்கள் பஞ்சுபோல எரிந்து விட்டால் இன்பத்தைப் பெறும். அந்த மல நீக்கத்துக்கு அறிவு காரணம். ஆனால் இயல்பான அறிவு மாத்திரம் இருந்தால் மலம் நீங்காது. வெறும் சூரியகாந்தத்தைப் பஞ்சின் முன் காட்டினால் பஞ்சு எரியாது. குருவினுடைய சந்நிதானத்தில் ஆன்மாவுக்கு அறிவு விளக்கம் உண்டாகும். அப்போது மலங்களெல்லாம் பஞ்சு போல எரிந்து விடும். ஆன்மாவுக்கு அறியும் ஆற்றல் உண்டு. ஆனால் அது தானாக அறியாது. அறிவிக்க அறியும் இயல்பை உடையது. அது. குருவின் திருவருளால் அந்த அறிவு தெளிவும் விளக்கமும் பெற்று முதிர்ச்சி அடைகிறது. அந்த ஞானாக்கினியிலே மலங்கள் மூன்றும் முப்புரம் வெந்ததுபோல வெந்து ஒழிகின்றன.

சூரிய காந்தமும் சூழ்பஞ்சும் போலவே;
சூரிய காந்தம்சூழ் பஞ்சைச் சுடமாட்டா;
சூரியன் சந்நிதி யிற்சுடு மாறுபோல்,
ஆரியன் தோற்றமுன், அற்ற மலங்களே.

(சூரிய காந்தமும் அதனை வந்து சாரும் பஞ்சையும் போல உள்ளன அறிவும் மலங்களும்; சூரிய காந்தக் கற்கள் தம்பால் வந்த பஞ்சை இயல்பாகச் சுடும் ஆற்றல் பெறா; ஆனால் சூரியன் முன்னிலையில் சுடும்; அதுபோல் ஞானாசிரியன் முன்னே தோற்றினால் மலங்கள் அற்றுவிடும்.

போலவே என்றது அவாய் நிலையாய், போல உள்ளன, அறிவும் மலங்களும் என்பவற்றை அவாவி நின்றன. மாட்டா

என்ற பன்மை சூரியகாந்தக் கற்கள் பலவற்றை நினைந்து வந்தது.

ஆரியன்-ஞானாசிரியன். முன்தோற்ற. மலங்கள் அற்ற; அற்ற- அற்றன. உறுதிபற்றி 'அற்ற' என்ற இறந்த காலத்தாற் சொன்னார்; 'அங்கே போனால் தொலைந்தான்' என்றது போல.)

'வெற்று அறிவினால் மலங்களைப் போக்குவது என்பது இயலாது. குருவின் திருவருளால் பரஞானம் தலைப்படும் போது மல நீக்கம் உண்டாகும்' என்பதை இது தெளிவிக் கின்றது.

இது முதல் தந்திரத்தில் வரும் உபதேசம் என்னும் பகுதியில் 5-ஆம் பாட்டு.

உப்பும் அப்பும்

அலைகள் மோதி வீசும்போது எவ்வளவு தெளிவாக அந்த நீர் இருக்கிறது! பொய்கை நீருக்கும் அதற்கும் வேறுபாடே இல்லையென்று தோன்றுகிறது. ஆனால் ஒரு கை எடுத்து வாயிலே விட்டுக்கொண்டால், "சீசீ! உப்பு" என்று உடனே துப்பி விடுகிறோம். கடல் நீர் உப்பாக இருக்கிறது என்பதைச் சுவையால் உணர்கிறோம்; கண்ணால் காண இயலாது.

கடல் நீரில் உள்ள உப்பைக் கண்ணால் காண வழி இருக்கிறது. நம்முடைய வீட்டில் உப்பு இல்லையா? கடையில் விற்கவில்லையா? அதைக் கண்ணில் நன்றாகக் காணுகிறோமே. அந்த உப்பு உப்பளத்தில் விளைந்த உப்பு.

உப்பளத்தில் விதை போட்டு உப்பை விளைக்கிறதில்லை; பாத்தி பாத்தியாகக் கட்டிக் கடல் நீரைப் பாய்ச்சித் தேக்கி வைக்கிறார்கள். சூரியனுடைய வெயிலில் நீர் மெல்ல மெல்ல ஆவியாக மாறுகிறது. நீரிலுள்ள உப்பு மாத்திரம் கீழே படிந்து உருப்பெற்று வெள்ளையாக நிற்கிறது. அதை வாரிக் கொண்டு போய் விற்கிறார்கள்.

கடல் நீரில் உப்பு என்னும் சுவை கண்ணாற் காண இயலாமல் இருந்தது. சூரியன் தன் வெம்மையால் அதைக் காணும்படி செய்தான். அதுவே உப்பு என்ற பேர் பெற்றது.

அப்பினிற் கூர்மை ஆதித்தன் வெம்மையால்
உப்பெனப் பேர்பெற்று உருச்செய்தது.

(கடல் நீரில் மிகுதியாக உள்ள உவர்த்தன்மை சூரியனது வெப்பத்தால் (நீர் ஆவியாக மாற) எஞ்சி நின்று, உப்பு என்று தனியே பெயர் பெற்று உருவத்தையும் எடுத்தது.

அப்பு-நீர்; இங்கே கடல் நீர். கூர்மை-மிக்குள்ள தன்மை; என்றது உவர்ப்பை. உருச் செய்தது-உருவை மேற்கொண்டது.

ஒரு படி உப்பை எடுத்து ஒரு படி நீரிலே போடுகிறோம். அப்போது உப்பின் உருவம் மறைந்துவிடும். அந்த நீர் ஒரு படியாகத்தான் இருக்கும் உப்பும் தண்ணீரும் ஒன்றுபட்டு நிற்கும். தண்ணீரிலே உப்புக் கரைந்து போய், உப்பென்னும் தோற்றம் மாறித் தண்ணீர் என்ற தோற்றமே நிற்கும்.

அவ்வுரு
அப்பினிற் கூடியது ஒன்று ஆகும்.

(உப்பென்னும் அந்தவுருவம் தண்ணீரில் சேர்ந்ததனால் அதனோடு ஒன்றாகிவிடும்.

அவ்வுரு-கண்ணுக்குத் தோற்றும் உருவாக நின்ற அந்த உப்பு. அவ்வுரு அப்பினிற் கூடியதாகி ஒன்றாகும்; கூடி அது என்றும் பிரிக்கலாம்.)

உடம்பெடுத்துக் கொண்டு வாழ்வது உயிர். உலகமாகிய பாத்தியில் வினையாகி வெம்மையிலே உடம்பாகிய உருவம் எடுக்கிறது. அங்கும் இங்கும் திரிந்து பிரபஞ்ச வியாபாரத்தில் ஈடுபடுகிறது. எப்போதும் உடம்போடே காணப்படுகிறது; தூல உடம்பில் இராதபோதும் சூக்கும உடம்பாகிய சட்டையை அது கழற்றுவதே இல்லை.

இப்படி உள்ள சீவன் இறைவன் திருவருளினால் சிவஞானம் பெற்றுப் பாசக்கட்டை அறுத்துவிடுகிறது. பாத்தியிலும் மூட்டையிலும் பாத்திரங்களிலும் உருவத்தோடு சென்று வந்து கிடந்த உப்பு ஒருநாள் தண்ணீரில் கரைந்து விடுவது போல, பலபல உருவங்களை யெடுத்து வாழும் உயிர் பாசக்கட்டை அறுத்தபோது இறைவனோடு ஒன்றிவிடுகிறது; அவனிலே அது கரைந்து விடுகிறது. உப்பை நீர் தனக்குள் அடக்கிக் கொண்டது போலச் சிவன் சீவனைத் தனக்குள் அடக்கிக் கொள்கிறான். சீவனுக்குத் தனியே உருவம் இல்லாமல் மறைந்து போகிறது. வெள்ளை நிறமும் வடிவும்

பெற்றிருந்த உப்பு நீரினையே தனக்குரிய வடிவமாகப் பெற்று விடுகிறது போலச் சீவன் சிவ சொரூபமாகி நிற்கிறது. அதுவே அத்துவித முத்தி.

செப்பின்இச் சீவன் சிவத்துள் அடங்குமே.

(சொல்லப் புகுந்தால், வெவ்வேறு உடம்போடு வாழும் இந்தச் சீவன் சிவத்துக்குள் அடங்கித் தன் தோற்றம் இழந்து ஒன்றிவிடும்.

செப்பின்-சொன்னால். யாவரும் காண உடம்பெடுத்து உலாவுவதால் இச் சீவன் என்று அண்மைச் சுட்டாற் சொன்னார்.)

இறைவனோடு ஒன்றுபடுவதே முத்தியாகும். அந்த நிலையில் சீவன் தன் இயல்பை இழந்து, சார்ந்த பொருளாகிய இறைவனுடைய மயமாக நிற்கும்;

அப்பினிற் கூர்மை ஆதித்தன் வெம்மையால்
உப்பெனப் பேர்பெற்று உருச்செய்தது; அவ்வுரு
அப்பினிற் கூடியது ஒன்றுஆகு மாறுபோல்
செப்பின்இச் சீவன் சிவத்துள் அடங்குமே.

முதல் தந்திரத்தில் உபதேசம் என்னும் பகுதியில் வரும் 24-ஆம் பாட்டு இது.

ஊரெல்லாம் கூடி

அவன் மனிதன் என்ற அளவில் வாழ்ந்தான். நாலுபேர் கவனித்து வந்துகூடும்படி அவனிடம் ஓர் ஆற்றலும் இல்லை. ஊரில் வாசம் செய்யும் மக்களில் அவனும் ஒருவனாக இருந்தான். வீட்டில் இருப்பவர்களுக்கு அவனைப் பற்றிய சிரத்தை இருந்தது. அவனுடைய மனைவி அவனைக் கணவனென்று கொண்டாடி இன்பம் பெற்றாள். அவன் மக்கள் அவனைத் தந்தையென்று அழைத்தார்கள்.

ஒரு நாள் திடீரென்று ஊரார் யாவரும் சேர்ந்து அவனைக் கவனிக்கும்படி நேர்ந்தது. அதற்கு முன்பு அவனுடைய சொந்த வீட்டில் உள்ளவர்கள் அவனை அறிவார்களே ஒழிய மற்றவர்களுக்கு அவனைப்பற்றி மிகுதியாகத் தெரியாது. அவன் கிழப்பருவம் எய்தி நோய் வாய்ப்பட்டுக் கிடந்தான். அப்போது வீட்டில் உள்ளவர்களுக்குக் கூட முன்பு அவனிடம் வைத்திருந்த கவனம் குறைந்தது.

அவன் இன்று இறந்துவிட்டான். ஊரில் இருப்பவர்கள் யாவரும் துக்கம் கேட்க வந்து விட்டார்கள். அவன் உயிரோடு இருந்தபோது, "ஒரு பயலாவது நம்மிடம் வந்து, இருக்கிறாயா, போய்விட்டாயா என்று விசாரிக்கிறானா?" என்று ஏங்கியிருக்கலாம். இப்போது ஊர் முழுவதும் கூடியிருக்கிறது. அதைப் பார்த்து மகிழ்ச்சியடைய அவன் எங்கே?

ஊரெல்லாம் கூடி ஓவென்று கதறுகிறார்கள். அழுகிற அத்தனை பேரும் அவன் போனமையால் தாம் பெற வேண்டியதை இழந்துவிட்டார்களா? அப்படி ஒன்றும் இல்லை. அவனுடைய மனைவி ஒருத்திதான் தன் மங்கல

வாழ்வு போயிற்றே என்று வருந்துவாள். மற்றவர்களில் யாருக்கும் அவன் போனதனால் நஷ்டம் ஒன்றும் வந்துவிடவில்லை. ஆனாலும் எல்லோரும் சேர்ந்து அடுத்த ஊருக்கும் கேட்கும்படி அழுகிறார்கள். அவன் இறந்து போனதற்கு வேறு விளம்பரம் வேண்டியதே இல்லை.

மற்றச் சமயங்களில் ஊரினர் ஒன்று கூடுவது சந்தேகம்; ஆயிரம் கட்சி பேசுவார்கள். கல்யாணத்துக்குப் போகா விட்டாலும் இழவுக்குப் போகாமல் இருக்கக் கூடாது என்று சொல்வார்கள்; அதனால் ஊரே இப்போது கூடியிருக்கிறது.

ஊர்எலாம் கூடி ஒலிக்க அழுதிட்டு.

(ஊரில் உள்ள யாவரும் கூடி ஒலி எழும்படியாக அழுது.)

"அதோ வருகிறாரே, அவர் யார்?"

"அவரை உங்களுக்குத் தெரியாதோ! அவர்தாம் வைரவநாத பிள்ளை."

"ஓ அப்படியா! நான் அவரைப் பார்த்ததில்லை"

இப்போது கண்ணால் பார்க்கிற வைரவநாதபிள்ளை நெட்டையாய்க் கறுப்பாய் இருக்கிறார். அவர் வடிவம் அப்படி இருக்கிறது. அதற்குப் பேர்தான் வைரவநாத பிள்ளை.

"முத்துக்கிருஷ்ணப்பருக்கு அசெளக்கியமாமே!"

"ஆமாம்; அவர் எங்கேயோ விழுந்துவிட்டார்; காலில் காயம் பட்டுவிட்டது."

விழுந்தது அவர் உடம்புதான். முத்துக்கிருஷ்ணப்பர் என்ற விலாசம் அந்த உடம்புக்குத்தான்.

"கிருஷ்ணனுக்கும் அவன் தம்பி ராமனுக்கும் வித்தியாசம் தெரியவே இல்லை; ஒரே மாதிரி இருக்கிறார்கள்."

"கொஞ்சம் கவனித்துப் பார்த்தால் வித்தியாசம் தெரியும். கிருஷ்ணன் சற்றே கனமானவன்; உயரங்கூட ஓரங்குலம் அதிகம்."

கிருஷ்ணனென்றும் ராமனென்றும் பேசும் பேச்செல்லாம் அந்த உடம்புகளைப் பற்றியவையே.

இப்படி உயிருடன் வாழும் ஒவ்வோர் உடம்புக்கும் ஒரு பேர் உண்டு; ஒரு வீடு உண்டு; அந்த வீடு உள்ள ஒரு வீதி உண்டு; அந்த வீதியைக் கொண்ட ஊர் ஒன்று உண்டு. இன்ன ஊரில் இன்ன வீதியில் இன்ன வீட்டில் இன்ன பேருடையவர் என்று பூரண விலாசத்தை ஒவ்வொருவரும் பெற்றிருக்கிறார்கள். அந்த விலாசம் உடையவர்கள் இறந்து போனால் அவர்கள் அத்தனை பேருக்கும் தனித் தனியே வழங்கின பேர்கள் மாறிவிடுகின்றன. அத்தனை உடம்புகளுக்கும் பேர் வேறு, ஊர் வேறு என்று இருந்தது போய், ஒரே பேர் வந்துவிடுகிறது. அந்த அருமையான பெயர் என்ன தெரியுமா? பிணம் என்பதே. முன்பு பல பேர்களைச் சொல்லி அழைத்தவர்களே இப்போது இந்தப் பேரை இட்டு அழைக்கிறார்கள்.

பவளசாமி. பாணராயர் வாழ்ந்த காலத்தில், நாலுபேர் தூக்கும் பல்லக்கினால் போனார்; "அதோ மணியகாரரர் பவளசாமி பாணராயர் போகிறார்" என்றார்கள். அவர் இறந்து போய் அதே நாலு பேர் தூக்கும் பச்சைப் பல்லக்கில் போகிறார். அப்போது, "யார் போகிறார்கள்?" என்றால், "பிணம் போகிறது" என்றுதான் சொல்வர்கள். அதுவரையில் அந்த உடம்புக்கு வழங்கின பேர் இப்போது செல்லாமற் போய்விடுகிறது.

பேரினை நீக்கிப் பிணம்என்று பேர்இட்டு.

இறந்த பிறகு அந்தப் பிணத்தைக் கொண்டு போய்க் கொளுத்தி விடுகிறார்கள். சூரை முதலிய முள்ளுச்செடிகள் வளரும் சுடுகாட்டில் கொளுத்தி விடுகிறார்கள். அதற்கு முன் அந்த உடம்பால் பலவகையில் இன்பமும். ஊதியமும் பெற்றவர்கள் கூட அதைத் தொட அஞ்சுகிறார்கள்;

அருவருக்கிறார்கள். தம்மோடு பழகிய அந்த வடிவத்தை ஒரு மாதம் இரண்டு மாதம் வைத்திருக்கிறார்களா? எவ்வளவு விரைவில் அதை வீட்டிலிருந்து எடுத்துக் கொண்டு போகலாம் என்றே நினைக்கிறார்கள்.

அந்த மனிதரே கட்டிய வீடு அது. ஆராய்ந்து ஆராய்ந்து கருவிகளை வாங்கிச் சிந்தித்துச் சிந்தித்துக் கட்டினார். தாம் சாய்ந்து கொள்ளச் சாய்மானத் திண்ணை, தாம் படுத்துக் கொள்ள வசதியான அறை, குழந்தைகளுடன் விளையாடக் கூடம், தாம் நீராட எல்லா வசதிகளும் உள்ள ஸ்நான அறை- இப்படியெல்லாம் வைத்துக் காட்டினார். அந்த உடம்பு இவ்வளவையும் பயன்படுத்திக் கொண்டது. இப்போது அது வீட்டில் வைக்கத் தகாதது என்று வெளியே கொண்டு போகத் திட்டம் போடுகிறார்கள்! வேறு வீட்டுக்கு அன்று; காட்டுக்கு, மரம் அடர்ந்த காடும் அன்று; சூரை படரும் சுடுகாட்டுக்கு. அட மனித வாழ்வே! அங்காவது அதைப் போற்றிப் பாதுகாக்க ஏற்பாடு செய்கிறார்கள்? அந்த வடிவமே அழிந்து ஒழியும்படி சுட்டு விடுகிறார்கள். மறுபடியும் எழுந்து வீட்டுக்கு வந்து விட்டால் என்ன செய்வது என்ற பயமா?

சூரையங் காட்டிடைக் கொண்டுபோய்ச் சுட்டிட்டு.

(சூரைபடர்ந்த சுடுகாட்டிற்குக் கொண்டுபோய்ச் சுட்டு விட்டு. சூரை-பாலை நிலத்திலும் சுடுகாட்டிலும் படரும் ஒரு வகை முட்செடி. காடு என்றது சுடுகாடு. அம்-சாரியை, அழகிய என்று பொருள் செய்து, இழிப்புக் குறிப்பாகவும் கொள்ளலாம். அழகான சூரைக்காட்டுக்குக் கொண்டு போகிறார்கள்.)

அவரைச் சுட்டுவிட்டார்கள். பாவம்! மார்ச்சு மாதம் தொடங்கி விட்டாலே அவருக்குச் சூரிய வெப்பம் தாங்காது; கோடைக்கானல் பங்களாவுக்குப் போய்விடுவார். வீட்டிலே உள்ள மின்சார விசிறிக்குக் கணக்கே இல்லை; எப்போதும் சுழன்றபடியே இருக்கும். கொஞ்சம் வெப்பமான காற்று வீசினால், "என்ன அனல் காற்று!" என்று தவிப்பார். அவரை

ஆம், அந்த வெப்பத்தைத் தாங்காத உடம்பைத்தான் இப்போது சூரையங் காட்டிலே தீ மூட்டிச் சுட்டுவிட்டார்கள். பிறகு சுட்டவர்கள் என்ன செய்கிறார்கள்? குளிர்ந்த தண்ணீரில் மூழ்குகிறார்கள்! அந்த உடம்பு வெய்ய தீயில் வேகிறது; இந்த உடம்புகள் குளிர்ந்த நீரில் மூழ்குகின்றன!

அதற்குப் பின்பு இரண்டு மூன்று நாள் வீட்டிலுள்ளவர்கள் இறந்தவரைப் பற்றி அடிக்கடி பேசினார்கள். பிறகு அவரைப் பற்றிய பேச்சுக் குறைந்தது. ஆண்டுக்கு ஒருமுறை நினைத்தார்கள். கடைசியில் அடியோடு மறந்து போனார்கள்.

இவர்கள் கிடக்கட்டும். ஊரிலுள்ள அத்தனை பேரும் கூட்டமாக வந்து ஒலிக்க அழுதார்களே, அவர்கள் செய்தி என்ன? உயிரோடு இருக்கும் போதே அவரைக் கவனிக்காதவர்கள் இறந்த பிறகா கவனிப்பார்கள்? நீரில் மூழ்கி அவர் நினைப்பை அழித்தவர்கள்போல, தங்கள் வீடு சென்றவுடன் அந்தப் பிணத்தைப் பற்றி நினைப்பதையே விட்டுவிட்டார்கள்.

செத்துப்போனவர்கள் சொப்பனத்தில் வருவது கூடா தென்று, நினைக்கவே பயப்பட்டார்கள். நினைப்பது கூடா தென்றே திட்டமிட்டு நினைப்பொழிந்தார்கள்.

நீரினில் மூழ்கி நினைப்புஒழிந் தார்களே!

(நினைப்பு -நினைப்பை.)

மனிதனுடைய உடம்பு உயிர் இருக்குமளவும் போற்று வதற்குரியது. உயிர் ஒழிந்தால் அது அருவருப்பதற்கு உரியதாகிறது. அதை வைத்துக்கொண்டு அதன் நிலையாமையை உணர்ந்து கொள்ளாமல் அதைப் போற்றிப் பாதுகாப்பதே முடிவான பயனென்று எண்ணி வாழும் மக்களைப் பார்க்கும் போது திருமூலருக்கு இரக்கம் உண்டாகிறது.

**ஊர்எலாம் கூடி ஒலிக்க அழுதிட்டுப்
பேரினை நீக்கிப் பிணம்என்று பேர்இட்டுச்
சூரையங் காட்டிடைக் கொண்டுபோய்ச் சுட்டிட்டு
நீரினில் மூழ்கி நினைப்புஒழிந் தார்களே!**

முதல் தந்திரத்தில் யாக்கை நிலையாமை என்னும் பகுதியில் உள்ள 3-ஆம் பாட்டு இது.

காக்கையின் உபதேசம்

உடம்பை எடுத்த அனைவருக்கும் பசி என்பது பெரிய பிணி. அதைப் போக்கிக்கொள்ள ஒவ்வொருவரும் பாடுபடு கின்றனர். உடம்போடு பிறந்தது பசி. பசியைப் போக்கும் தானத்தைக் காட்டிலும் சிறந்தது வேறு ஒன்றும் இல்லை.

"உண்டி கொடுத்தோர் உயிர்கொடுத் தோரே"

என்பது புறநானூறு.

பணக்காரருக்கு ஒரு பசி, ஏழைக்கு ஒரு பசி என்பது இல்லை. பசி யாவருக்கும் பொதுவானது. பசித்தவன் யாராக இருந்தாலும் அவனுக்குச் சோறிடுவது சிறந்தது.

"அவர் எனக்குத் தெரியாதவர்; இவர் எனக்குத் தெரிந்தவர்" என்ற வேறுபாடே இன்றி அன்னதானம் செய்யவேண்டும்.

ஆர்க்கும் இடுமின்; அவர்இவர் என்னன்மின்.

(பசித்து வந்தார் யாரானாலும் அன்னம் இடுங்கள்; அவர் இவர் என்று வேறுபாடு கருதவேண்டாம்.)

உண்ணும்போது பிறருக்கும் இட்டு உண்ணுவதே இந்நாட்டு மரபு. தம்முடைய வீட்டில் சோறு சமைக்க உலையில் பானையை வைப்பதே, வந்த விருந்தினர்களுக்கு உணவிட வேண்டு மென்பதற்காக. யாரும் விருந்தாளி இல்லாமல் இருந்தால், "நாமே சமைத்து நாமே உண்பதற்கா பிறந்தோம்? இன்று உலை வைக்கவேண்டாம்" என்று இருப்பார்களாம்.

"தமக்கென்று உலையேற்றார்"

என்று ஒரு புலவர் பாடுகிறார். ஆகவே விருந்தோடு உண்பதையே உணவாகக் கருதுவது சான்றோர் இயல்பு.

**“அமிழ்தம் இயைவ தாயினும் இனிதெனத்
தமியர் உண்டலும் இலரே''**

என்று இளம் பெருவழுதி என்ற பாண்டியன் கூறுகிறான்.

உணவு சமைத்த பிறகு விருந்தினர் யாரும் இல்லாவிடின், யாரேனும் வரமாட்டார்களா என்று அவர் வரவை எதிர்நோக்கிக் காத்திருப்பார்கள். விருந்தினர் வந்தால் அவர்களுடன் இருந்து உண்ணுவார்கள்.

"செல்விருந் தோம்பி வருவிருந்து பார்த்திருப்பார்”

என்பது வள்ளுவர் வாக்கு.

பார்த்துஇருந்து உண்மின்.

(விருந்தினர் வருவாரா என்று பார்த்து, யாரேனும் வந்த பிறகு அவருடன் இருந்து உண்ணுங்கள்.)

'இது நாம் பலகாலமாகச் சேமித்து வைத்தபொருள் அல்லவா? இதை இப்படிக் கரைத்து விடலாமா?' என்ற எண்ணம் உடையவர்கள் அறம் செய்ய மாட்டார்கள்; அந்தப் பொருளை அவர்களும் உண்ணாமல் இழந்து விடுவார்கள்.

"ஊரெல்லாம் புது அரிசிதான் சமைக்கிறார்கள். நாம் இரண்டு வருஷத்துப் பழைய அரிசியைப் பாதுகாத்து வைத்திருக்கிறோம். இதைக் கண்டவர்களுக்கு வடித்துக் கொட்டுவதா?" என்று நினைக்கும் நினைப்புச் சான்றோர்களுக்கு இராது.

பழம்பொருள் போற்றன்மின்.

(பலகாலமாக ஈட்டி வைத்துப் பாதுகாக்கும் பழம்பொருளைப் பிறருக்கு உதவாமல் பின்னும் வைத்துப் பாதுகாக்க வேண்டாம்.)

"நாம் நன்றாக வாழவேண்டும். எக்காலத்தும் பசியின்றி வாழவேண்டும்" என்ற ஆசையோடு, பிறருக்கு அளிக்காமல் சிலர் உண்ணுகிறார்கள். "பிறருக்கு அளித்தால் குறைந்துவிடும்" என்று எண்ணுகிறார்கள். அந்தோ பாவம்!

அவர்கள் ஈட்டி வைத்ததை எதிர்பாராதபடி வேறு யாரேனும் அடித்துக் கொண்டு போய்விடுகிறார்கள்; அல்லது அப் பொருளை அநுபவிப்பதற்கு முன்னரே அவர்களுடைய ஆயுள் முடிவடைந்து விடுகிறது.

ஒரு மூட்டை அரிசியைக் கடையிலிருந்து காசு கொடுத்து வாங்கிச் செல்கிறவன், 'இந்த மூட்டை தீரும் வரையில் நான் நிச்சயமாக உயிரோடு வாழ்வேன்' என்று உறுதியாகச் சொல்ல முடியுமா? அந்த நிலையில் அதைப் பிறருக்கு அளிக்காமல் போற்றிப் பாதுகாப்பதன் பயன் என்ன?

உண்மையில் பிறர் பசியைத் தீர்ப்பவன் எந்தக் காலத்தும் மக்களின் அன்புக்கு உரியவனாவான். அவன் ஒருநாளும் பசி என்று வருந்தும் நிலையை அடையமாட்டான். இம்மையிலும் சரி, மறு பிறவிகளிலும் சரி, அவனுக்குப் பசியினால் தீங்கு வராது.

***"பாத்தூண் மரீஇ யவனைப் பசிஎன்னும்
தீப்பிணி தீண்டல் அரிது"***

என்பது திருக்குறள்.

ஆதலின், தமக்குப் பசியினால் ஒருகாலும் துன்பம் வரக்கூடாதென்று உணவுப் பொருளின் மீது வேட்கை யுடையவர்கள், தாம் நினைத்தது பலிக்க வேண்டுமானால் பசித்த வருக்கு இட்டு உண்ணவேண்டும். தமக்குப் பசி வந்துவிட்ட தென்று விருந்தினர் இல்லாமல் விரைவில்

உண்ணுதல் அறமாகாது. "யாரேனும் வந்துவிடப் போகிறார்களே!" என்று உணவு நேரத்துக்கு முன்பே விரைவில் உண்டுவிட்டுப் பாத்திரத்தை மூடிக் கவிழ்த்து விடுபவர்களைப் பற்றி என்ன சொல்வது? தமக்குப் பசிக்கிற தென்று விரைந்து உண்ணாமல், விருந்தினர் வரவில்லையே என்று பசியோடு காத்திருப்பவர்கள் அறநெறி வழுவாத ஆன்றோர்.

வேட்கை உடையீர்! விரைந்துஒல்லை உண்ணன்மின்.

(உங்கள் பசியைப் போக்கிக்கொள்ளும் ஆசை உடையவர்களே, விருந்தினர் வாரா முன்னர் விரைந்து அவசரமாக உண்ணாதீர்கள்.

வேட்கை-விருப்பம். ஒல்லை-விரைவில்.)

சோறு சமைத்தவுடன் இந்த நாட்டில் காக்கைக்கு ஒரு பிடி சோறு போட்டுப் பின்பே உண்ணுவது வழக்கம். காக்கையைக் கா, கா என்று கூப்பிட்டுச் சோறிடுவார்கள்.

காக்கையைக் கூவி அழைத்துச் சோறு இடுவானேன்? நாய்க்குப் போடலாம்; வேறு பிராணிக்குப் போடலாமே! அதில் ஒருண்மை இருக்கிறது. காக்கையின் அருமையான குணம் ஒன்றை நாம் கற்றுக்கொள்ள வேண்டும். நாம் சோற்றைப் போட்டால் காக்கை வேறு ஒரு பிராணியும் அறியாமல் தனியே வந்து உண்ணுவதில்லை. அது சோற்றுக்கு அருகே வந்து உட்கார்ந்து கா, கா என்று கரையும்; தன் இனத்தாரை அழைக்கும். நாலைந்து காக்கைகள் அதன் ஒலியைக் கேட்டுப் பறந்து வரும். அவற்றோடு சேர்ந்து முன்னே வந்த காக்கை சோற்றைக் கொத்தி உண்ணும்.

நாய் சோற்றுக்கு அலைகிறது. ஆனால் அதன் குணம் நேர் விரோதமானது. உண்ட பிறகு எச்சில் இலையை வீதியில் போடுகிறோம். அதை ஒரு நாய் வந்து பார்க்கிறது. அப்போது மற்றொரு நாய் அங்கே வந்தால் போதும்; இது இலையை விட்டுவிட்டு அதன்மேலே பாயும். மனிதன் உணவு உண்ணும்

போது காக்கையைப் போல நடக்க வேண்டுமே ஒழிய, நாயைப் போல இருக்கக் கூடாது. காக்கையைப் போல மற்றவர்களுக்கும் இட்டு உண்ணவேண்டும் என்ற நினைப்பு மற்றச் சமயங்களில் இருந்தால் போதாது, சாப்பிடுவதற்கு முன் அந்த நினைப்பு இருக்க வேண்டும். அதனால்தான் சமைத்தவுடனே காக்கைக்குச் சோறு போடுகிறார்கள்.

“காக்கை கரவா கரைந்துண்ணும்”

என்றும்,

"காகம் உறவு கலந்துண்ணக் கண்டீர்"

என்றும் பெரியோர்கள் அறிவுறுத்துகிறார்கள். திருமூலரும் அதை நினைப்பூட்டுகிறார். “காக்கை தன் இனத்தைக் கூவி அழைத்து உண்ணுகிறதே! அது எந்தக் காலம்? தெரிகிறதா? நாம் உண்ணுவதற்கு முன் சோறு சமைத்தவுடனே நிகழும் நிகழ்ச்சி அல்லவா அது? அந்தக் காலத்தில் மறவாமல் நினைக்கவேண்டும் உண்மையைக் காக்கை காட்டுகிறது" என்று அறிவுறுத்துகிறார்.

காக்கை கரைந்துண்ணும் காலம் அறிமினே.

(காகம் தன் இனத்தையும் கூவி அழைத்து உடனுண்ணும் காலத்தை அறிந்து நீங்களும் அதைப் போல இட்டு உண்ணுங்கள்.)

சோறு இடுவதற்குரிய தகுதி பசி ஒன்றுதான். பசித்தவன் யாராக இருந்தாலும் அவனுக்கு இடவேண்டும். அவன் இன்னான் இனியானென்று ஆராய்ச்சி பண்ணுதல் கூடாது. பசித்தவர் வந்து சோறு என்று கேளாவிட்டாலும், நம் வயிறு பசிக்கும் போது பிறரும் இப்படிப் பசியுடையவர் இருப்பாரே என்று அவரைத் தேடவேண்டும். மற்றச் சமயங்களில் பசித்தோரை நினைக்கா விட்டாலும், நம் வயிறு பசியை நினைவூட்டும்போது, நம் வயிற்றுப் பசியை மாத்திரம் எண்ணாமல், அதுவே நினைப்புக் குறியாகக் கொண்டு பிறர்

பசியை எண்ணி, பசியுடையார் யாரேனும் வரமாட்டார்களா என்று பார்த்து, வந்த பிறகு உண்ண வேண்டும். இதைப் பறவையாகிய காக்கை அறிவுறுத்துகிறது.

ஆர்க்கும் இடுமின்; அவர்இவர் என்னன்மின்;
பார்த்திருந்து உண்மின்; பழம்பொருள் போற்றன்மின்;
வேட்கை உடையீர்! விரைந்துஒல்லை உண்ணன்மின்;
காக்கை கரைந்துஉண்ணும் காலம் அறிமினே.

இது முதல் தந்திரத்தில் தானச் சிறப்பு என்னும் தலைப்பில் உள்ள பாட்டு.

அன்பில்லாத் தவம்

பசிபோக வயிற்றுக்கு உண்டு வாழ்வது இயல்பான வாழ்வு. எந்த அளவுக்கு வேண்டுமோ அவ்வளவுக்கு உண்டு வாழவேண்டும். அந்த அளவுக்கு மிஞ்சி உண்பது அறத்திற்கு விரோதம். குறைய உண்டால் உடம்பு மெலியும். தவம் செய்பவர்கள் உடம்புக்கு உரிய காலத்தில் உரிய அளவு உணவு ஊட்டாமல் சில நியமங்களை மேற்கொண்டு விரதம் இருப்பார்கள்.உடம்பிலே சோம்பல் உண்டாவதும், கொழுப்பு மிகுதியால் காமம் முதலியன மிகுவதும் உணவினால் ஆவனவென்றறிந்து, அவ்வுணவைக் குறைப்பதனால் அவ்விரண்டினாலும் உண்டாகும் தீங்குகள் குறையும்.

பல நாள் பட்டினி கிடப்பதும், உணவு வகைகளில் மிகக் குறைவானவற்றையே உண்பதும் போல விரதம் பல வகைப்படும். உடல் பருத்துக் கொழுப்பு மிகுதியாவதைக் தடுப்பது மாத்திரம் அன்று; உடல் இளைக்கும்படியாகவே விரதம் இருப்பார்கள்.

"உண்ணாது நோற்பார் பெரியர்"

என்று குறளாசிரியரும் கூறுகின்றார் அல்லவா?

மகாத்மா காந்தியடிகள் தம் உணவில் இத்தனை பொருள்களைச் சேர்த்துக் கொள்வது என்ற வரையறையுடன் இருந்தார். வாரந்தோறும் விரதம் இருப்பதும் மாதந்தோறும் இருப்பதும் முதலிய முறைகள் நம் நாட்டில் உள்ளன. இவை யாவும் உடம்பை ஒறுக்கும் தவத்துக்கு ஆரம்பப் பாடங்கள்.

தவம் என்பது இந்திரிய நிக்கிரகத்துக்குச் சாதனமாக இருப்பது. தாமே நுகர்ச்சிகளைக் குறைத்துக் கொண்டு

அதனால் வரும் துன்பங்களை மேற்கொள்வது தவத்துக்கு ஓர் உறுப்பாகும். மனம், வாக்கு, காயம் என்ற மூன்றையும் அடக்கிச் சாதனம் செய்வது தவத்திற்கு இன்றியமையாதது. மனத்தை அடக்கி அன்பைப் பெருக்க வேண்டும். உரையைக் குறைத்துப் பேசுவது அனைத்தும் இனிமையும் பயனும் உள்ள சொல்லாகப் பேச வேண்டும். உடலால் விளையும் இன்பத்தைப் புறக்கணிக்க வேண்டும்.

இந்த மூன்றிலும் தலைமையானது மனத்தைத் தவநெறியில் பயிற்றல்; அடுத்தது உரைப் பயிற்சி; அடுத்தது புலனடக்கம். மனம் போனபடி கற்பனையும் சிந்தனையும் செய்து கொண்டு உண்ணாவிரதம் இருந்தால் அது தவமாகாது.

மனிதன் ஆற்றவேண்டிய அறங்களில் பொதுவென்றும் சிறப்பென்றும் இருவகை உண்டு. பிறரிடம் அன்புடன் பழகுதல், உபகாரம் செய்தல், ஜீவஹிம்சை செய்யாமை முதலியவை மனிதர்களின் பொதுவான அறம். வருணம், ஆசிரமம் என்ற பேதமின்றி யாவரும் மேற்கொள்ள வேண்டியவை அவை. பட்டினி கிடத்தல், உடம்பை ஒறுத்தல் முதலியவை சிறப்பான அறம். அவை தவம் புரிபவருக்கே உரியவை.தவம் புரிபவர்கள் முதலில் மனித இலக்கணத்தை உடையவராகிப் பிறகு துறவிலக்கணத்தைப் பெறவேண்டும். எந்தப் பாட்டுக்கும் சுருதி இன்றியமையாதது. எந்த மனிதனுக்கும் பொதுவான அறங்கள் மேற்கொள்ளுதல் அவசியம்.

பொதுவான அறம் அல்லது சாமான்ய தர்மங்களைப் புறக்கணித்துவிட்டுச் சிறப்பான அறம் அல்லது விசேஷ தர்மங்களை மேற்கொள்வதனால் நல்ல பயன் பயன் உண்டாகாது. அஸ்திவாரம் இல்லாத கட்டிடம் நில்லாதது போல மக்களுக்கு இன்றியமையாத பொது அறத்தைப் புறக்கணித்துவிட்டு விசேஷ தர்மங்களைச் செய்பவர் முயற்சி பயன் தராது.

பொது அறங்களில் மிக மிக முக்கியமானது அன்பு. உடம்பும் உயிரும் ஒன்று பட்டு வாழ்வதே அன்பு செய்யத்தான். அன்பு இல்லாவிடில் உயிரும் உடம்பும் ஒன்றியிருப்பதற்குப் பயன் இல்லை.

அன்பைப் புறக்கணித்து உடம்பை ஒறுத்துத் தவம் செய்வதனால் யாருக்கும் நன்மை இல்லை. அந்தத் தவத்தால் முதலில் பேராற்றல் உண்டாகலாம். ஆனால் முடிவில் அந்த ஆற்றலால் பிறருக்கும் தமக்கும் தீங்கையே உண்டாக்கிக் கொள்வார்கள்.

இராவணன், சூரபன்மன் முதலிய அரக்கர்களும் அசுரர்களும் ஏனைய மக்கள் பெறாத ஆற்றலையும் செல்வத்தையும் பெற்றார்கள். தவம் புரிந்தே அத்தகைய ஆற்றலை அவர்கள் பெற்றார்கள். ஆனால் பிற உயிர்களிடத்தில் அன்பு செய்யவில்லை. தாம் பெற்ற ஆற்றல் அவ்வளவையும் கொண்டு தேவர்களுக்கும் முனிவர்களுக்கும் துன்பத்தை இழைத்தனர். விளக்கிலே எண்ணெய் விட்டால் இருளைப் போக்கி ஒளிபரப்பும். எரியும் வீட்டிலே எண்ணெயை ஊற்றினால் பின்னும் படர்ந்து எரிந்து அண்டை அயல் வீடுகளையும் எரித்துவிடும்.

முனிவர்கள் செய்த தவத்தைக் காட்டிலும் கடுமையாகத் தவம் செய்தனர் அசுரர்கள். ஆனால் முனிவர்கள் சர்வஜீவதயை யுடையவர்களாக இருந்தார்கள். அவர்கள் பெற்ற தவ ஆற்றல் அவர்களுக்கு நலம் தந்ததோடு உலகத்துக்கெல்லாம் நற்பயனை உண்டாக்கியது. அசுரர்களோ சுயநலமே கண்ணாக வாழ்ந்தமையால் மற்றவர்களை யெல்லாம் வாழவிடாமல் தாம் மட்டும் வாழ எண்ணினார்கள்; வாழ்வது போலச் சில காலம் வாழ்ந்தார்கள். இறுதியில் அவர்கள் தாம் செய்த தீங்குகளுக்கு ஏற்ற தண்டனையை அடைந்தார்கள்.

சூரபன்மன் செய்த யாகத்தைக் கந்த புராணம் பின்வருமாறு கூறுகிறது

**"வான கத்திடை நிற்புறு சூரபன் மாவாம்
தான வர்க்கிறை வாள்கொடே ஈர்ந்துதன் மெய்யின்
ஊன்அு னைத்தையும் அங்கிமேல் அவியென ஓங்கிச்
சோனை ஒத்ததன் குருதியை இழுதெனச் சொரிந்தான்."**

(அசுரர் யாகப் படலம், 86)

தன்னுடைய மெய்யில் உள்ள ஊன் அனைத்தையும் வாளால் அரிந்து தீயினில் அவியாக இட்டானாம். இத்தகைய யாகம் செய்தமையால் அவன் பல அண்டங்களை ஆளும் வலிமையைப் பெற்றான். எல்லாம் இருந்தும் அவனுக்குப் பிற உயிர்களிடம் அன்பு இல்லை. அதனால் அவன் வலிமை பிறருக்குத் தீங்கை விளைக்கும் வகையில் சென்றது. இத்தகைய தவம் மெய்த்தவம் ஆகுமா? இறைவனுடைய திருவருளைப் பெற வழி ஆகுமா?

திருமூலர் அன்பு இன்றியமையாதது என்பதைச் சொல்ல வருகிறார். இறைவனுடைய திருவருளைப் பெறுவதற்கு இன்றியமையாத உணர்ச்சி அன்பு. அது இன்றித் தம் உடம்பைத் தாமே ஒறுத்து யாகம் புரிந்தும் பயன் இல்லை.

**என்பே விறகாய் இறைச்சி அறுத்திட்டுப்
பொன்போற் கனலில் பொரிய வறுப்பினும்
மணியினை எய்தலொண் ணாதே.**

பின் எப்படி எய்தலாம்? அன்பினால் எய்தலாம். அன்பு ஒருவர்பால் உண்டானால் அதனுடைய விளைவாகச் சில நிகழ்ச்சிகள் அமையும். அன்புடையார் தம் சிறுமையையும் இறைவன் கருணையையும் நினைந்து உருகுவார்கள். அவர்களுடைய நெஞ்சம் கடினமாக இரா; பிறர் துன்பம் கண்டு குழையும். உருக்கமும் குழைவும் அன்பின் விளைவுகள்.

அன்பினால் உருகியும் அகம் குழைந்தும் இறைவனை எண்ணிப் போற்றினால் தூண்டா மணிவிளக்காக இருக்கும் எம்பெருமானுடைய அருளைப் பெறலாம்; அவனை

அடைந்து இன்புறலாம். இயற்கையாகவே ஒளியையுடைய மணியைப் போல இறைவனும் சுயம்பிரகாசமுடையவன், அந்த மணியை அடைய அன்போடு உருகி அகங்குழைய வேண்டும்; இன்றேல் அடைய முடியாது.

இப்படித் திருமூலர் சொல்கிறார். "இப்படி நீங்கள் சொல்வதற்கு ஆதாரம் யாது?" என்று அவரைக் கேட்கிறோம். அவர், 'நான் அன்போடுருகி அகங் குழைந்தேன்; அதனால்தான் இறைவனை அடைந்தேன். நீங்களும் என்னைப் போல அடைய வேண்டுமானால் அப்படி அன்பு செய்யுங்கள்'' என்று விடை பகர்கிறார்.

என்பே விறகாய் இறைச்சி அறுத்திட்டுப்
பொன்போற் கனலிற் பொரிய வறுப்பினும்
அன்போ டுருகி அகம்குழை வார்க்குஅன்றி
என்போல் மணியினை எய்தஒண் ணாதே.

(எலும்பையே விறகாக அறுத்து இட்டு இறைச்சியை அறுத்துப் பொன் போன்ற தீயில் பொரியும்படி அவியாக இட்டு வறுத்தாலும், அன்பினால் உருகி உள்ளம் நெகிழ்பவர்களுக்கல்லாமல், மணியைப் போன்ற இறைவனை நான் அடைந்ததுபோல் அடைய இயலாது.

என்பு - எலும்பு. அறுத்து இட்டு. பொன்போற் பொரிய என்றும் கூட்டிப் பொருள் கொள்ளலாம். குழைவார்- நெகிழ்ந்து இரங்குபவர். மணி- மாணிக்கம்; இங்கே இறைவன். மணியினை என்போல் எய்த ஒண்ணாது.)

திருமூலர் திருவாவடுதுறையில் அரசின் கீழிருந்து தவம் புரிந்தவர். அத்தலத்தில் இறைவன் மாசிலாமணி என்ற திருநாமத்தோடு எழுதருளியிருக்கிறான். மணி என்றது அந்தப் பெருமானை நினைத்துக் கூறியதாகவும் கொள்ளலாம்.

முதல் தந்திரத்தில் அன்புடைமை என்னும் பகுதியில் 3-ஆம் பாட்டு இது.

அவர் கற்ற கல்வி

இறைவன் உடம்பையும் கரணங்களையும் புவனபோகங் களையும் உயிர்களுக்குக் கொடுத்திருக்கிறான். அவற்றை வைத்துக் கொண்டு வினை மூட்டைகளையெல்லாம் உதறி விட்டுத் தன்னை வந்து அடைய வேண்டும். என்பதே அவனுடைய திருவுள்ளக் குறிப்பு. உடம்பைப் பெற்று வாழ்வது, மீட்டும் இந்த உடம்பு வராமல் இருக்கும் வழியை நாடத்தான். அப்படியின்றி அவாவின் வசப்பட்டு மேலும் மேலும் உலகில் உழன்று முடிவில்லாப் பிறவிக் கடலில் ஆழும் செய்கை, இறைவன் திருவுள்ளக் குறிப்புக்கு ஏற்றது அன்று.

உலகத்துப் பொருள்களைப் பற்றிப் பல பல நூல்களைக் கற்கிறோம். பூமியின் தத்துவத்தையும் பூதங்களின் இயல்பையும் அறியும் கல்வியைக் கற்கிறோம். பூமிக்குப் புறம்பே நின்று ஒளி தரும் சூரியன், சந்திரன், நட்சத்திரங்கள் முதலியவற்றைப் பற்றியும் தெரிந்து கொள்கிறோம். நம் உடற் கூறுகளையும் இதற்கு வரும் நோய்களையும் அந்நோய்களுக்குரிய மருந்துகளையும் மிக மிக முயன்று கற்றுக் கொள்கிறோம். வாழ்நாள் முழுவதும் ஒரு துறையிலே புகுந்து விரிவாகவும் ஆழமாகவும் அறிவு பெறுகிற நிபுணர்கள் பலர் உலகில் இருக்கிறார்கள். அவர்கள் கற்ற கல்வி யாவும் இறைவனுடைய திருக்குறிப்பை உணரப் பயன்படுவதில்லை. உடம்பின் கூறுகளையெல்லாம் கற்றுக் கொண்ட அளவில் நின்றால் அது மெய்க்கல்வி யாகாது; அந்த நுட்பமான யந்திரத்தை அமைத்த இறைவனை உணர்ந்து அன்பு செய்யவேண்டும். பௌதிக ரஸாயன ஆராய்ச்சியின் விளைவுகளையெல்லாம் இக்காலக் கல்வியில் உணர முடிகிறது. ஆனால் இந்தப் பூதங்கள் அழிந்தாலும் அழியாமல்

நிற்கும் ஒருவனைப் பற்றியும், இந்த ரஸாயன விளைவுகள் உண்டாகும்படி ஓர் இயல்பைப் படைத்தவனைப் பற்றியும் - அறிய முடிவதில்லை.

அந்தக் கல்வியனைத்தும் உயிரில்லாத உடம்பைப் போன்றதுதான். இறைவனுடைய பெருமையை உணர்ந்து, இந்த உடம்பைக் கொடுத்த அவன் திருவுள்ளக் குறிப்பினை உணர்ந்தால் மீண்டும் இப்பிறவியை அடையாத நிலையைப் பெற முயல்வோம். அதற்குத் துணையாக இருக்கும் கல்வியே மெய்க்கல்வி.

"சாவாமற் கற்பதே கல்வி."

நாம் கற்கும் கல்வியினால் நம்முடைய விருப்பு வெறுப்பு வளர்கின்றன. ஒரு நிலையில் நமக்கே அலுப்பு உண்டாகி விடுகிறது. பலவற்றை அறிய அறியப் பின்னும் அறியாதவை பல என்ற உணர்வே மிகுகிறது.

"அறிதோ றறியாமை கண்டற்றால்"

என்பது குறள்.

விஞ்ஞானிகள் மிக மிக நுட்பமாக ஆராய ஆராய அவர்களுடைய ஆராய்ச்சிக்கு முடிவே காண முடிவதில்லை. அவர்கள் ஒன்று நினைக்க விளைவு ஒன்றாகிறது. பூதங்களை அடக்கி இதைச் செய்யலாம் என்று புகும்போது அவர்களை அறியாமல் மற்றொன்று குறுக்கிடுகிறது. அப்போது எல்லோரையும்விட மேலான சக்தி ஒன்று இருந்து யாவற்றையும் இயக்குகின்றது என்ற உண்மை அவர்களுக்குப் புலனாகிறது. அதனால் மனித சக்தியின் சிறுமையும் தாம் கற்ற கல்வியின் சிறுமையும் தெளிவாகின்றன. "என்ன கற்று விட்டோம்!" என்று தாம் கற்ற கல்வியைக் கூடக் கறித்துப் பேசும் நிலை வருகிறது.

ஆனால் இறைவன் குறிப்பை அறிந்து ஒழுகும் கல்வியோ இந்த அருவருப்புக்கு உட்படுவதில்லை; கறிப்பறியாகக் க்வி

அது; எல்லாக் கல்விக்கும் மேலாக மிக்கிருக்கும் கல்வி. அதைத் திருமூலர் கற்றுக் கொண்டாராம்.

கறிப்புஅறி யாமிகும் கல்விகற் றேனே.

(வெறுப்பை அறியாமல் மேலாகச் சிறந்து விளங்கும் கல்வியை நான் கற்றேன்.

கறிப்பு - வெறுப்பு. அறியாக் கல்வி, மிகும் கல்வி என்று கூட்டவேண்டும். அறியா என்பது அறியாது என்ற எச்சத்தின் விகாரமாகவும் கொள்ளலாம்.)

அந்தக் கல்வியைக் கற்றுக் கொண்டதனால் எவற்றை அறிந்து கொண்டார் திருமூலர்? அவர் சொல்வதைக் கேட்கலாம்.

இறைவனுடைய திருவுள்ளக் குறிப்பை அவர் அறிந்து கொண்டாராம். பிற மக்கள் உள்ளத்தில் உள்ள குறிப்பை அறியும் கலை ஒன்று உண்டு. அதுவும் பயனில்லாமல் ஒழிந்து விடும். ஆண்டவனுடைய உள்ளக் குறிப்பை அறிய வல்ல கல்விதான் பயனுள்ள கல்வி.

**"அவன்றன் குறிப்பே குறிக்கொண்டு
போமாறு அமைமின்"**

(யாத்திரைப் பத்து, 3)

என்று மாணிக்கவாசகர் அறிவுறுத்துகிறார்.

திருமூலர் அந்தக் குறிப்பை அறிந்தார்

குறிப்பு அறிந்தேன்.

(இறைவனது திருவுள்ளக் குறிப்பை அறிந்து கொண்டேன்.)

உயிர்கள் எல்லாம் பாசத்தினின்றும் நீங்கித் தன்னை அடையவேண்டும் என்பதே அப்பெருமானுடைய திருவுள்ளக் குறிப்பு. அதன் பொருட்டே அவன் உடம்போடு

உயிரைக் கூட்டி உலகில் வாழ விடுத்திருக்கிறான். தன்பால் அன்பு செய்து பிறவித் தளையை அறுக்க வேண்டும் என்பதற்காகவே இந்தச் செறிப்பை உண்டாக்கியிருக்கிறான். இதையும் திருமூலர் உணர்ந்தார்.

உடல் உயிரது கூடிச்
செறிப்பு அறிந்தேன்.

(உடலை உயிரானது சேர்ந்து பொருந்தியிருப்பதை உணர்ந்தேன். இவ்வாறு பொருந்தியிருப்பது இன்னதற்காக என்று அறிந்து கொண்டதையே இவ்வாறு சொன்னார்.

உடல் - உடலை. உயிரது; அது, பகுதிப் பொருள் விகுதி. செறிப்பு- பொருந்தி நிற்றல்.)

"அன்போ டியைந்த வழக்குஎன்ப ஆருயிருக்கு
என்போ டியைந்த தொடர்பு"

என்று வள்ளுவரும் இந்தச் செறிப்புக்குக் காரணத்தைக் கூறினார்.

பின்பு, தேவர்களுக்கெல்லாம் தலைவனையும் திருமூலர் அறிந்தார்.

அறிந்தேன்மிகு தேவர்பிரானை.

(எல்லாப் பொருள்களுக்கும் மேம்பட்ட பரம்பொருளாக மிக்கு நிற்கின்ற தேவர் தலைவனாகிய எம்பெருமானை அறிந்தேன்.

தேவர்பிரான் என்பதால் தேவருக்கு மிக்கு நின்ற தலைவன் என்பது பெறப்படும்; அது மாத்திரம் அன்று; எல்லாப் பொருள்களுக்கும் மேலாக நின்றவன் என்பதையும் உணர்த்த, மிகுதேவர் பிரானை என்றார். 'செறிப்பறிந்தேன் மிகு தேவ பிரானை' என்ற இரண்டாவது அடியில் அறிந்தேன் என்றசொல் செறிப்பு அறிந்தேன், தேவர் பிரானை அறிந்தேன்

என்று இரண்டோடும் சேர்ந்து பொருள் தரும். அது நடுநிலைத் தீவகம்.)

தேவர்பிரானை அறிந்தேன் என்று சொன்னவுடன் திருமூலர் விழித்துக்கொண்டார். "நான் அவனை அறிவதாவது! அவனே கருணையினால் என் உள்ளத்துக்குள்ளே வந்து புகுந்தான்" என்கிறார். அப்படிப் புகுந்ததனால் அவர் கற்ற கல்வியின் பயன் கிட்டிவிட்டது. அந்தப் பயன் சாவாமை; மறிப்பு அறியாத நிலை. அமுதமயமான இறைவன் வந்து புகுந்த அக்கணத்திலே மரணமில்லாப் பெருவாழ்வு சித்தித்துவிட்டது.

மறிப்புஅறி யாதுவந்து உள்ளம் புகுந்தான்.

(நான் மறித்தலை அறியாமல் இருக்கும்படி தானே கருணையினால் வந்து அடியேனுடைய உள்ளத்தில் அத்தேவர் பிரான் புகுந்தான்.

மறிப்பு - இறத்தல். அறியாது என்பது காரியப் பொருளில் வந்தது. இறைவன் உள்ளம் புகுந்த காரணத்தால், இனி மறிப்பு அறியாத காரியம் சித்தித்தது என்றபடி.)

இறைவனுடைய அருள்பெற்று இனிப் பிறவா வழி பெறுவதற்குச் சாதனமான கல்வியே நாம் வெறுக்காமல் விரும்பிக் கற்க வேண்டிய கல்வி. அக்கல்வி கற்றால் இறைவனுடைய திருவுள்ளக் குறிப்பை உணரலாம். உடம்பும் உயிரும் கூடிப் பிறந்த பிறவிக்கு எது பயன் என்பதை அறிந்து கொள்ளலாம். இறைவன் பெருமையை உணர்ந்து அன்பு செய்யலாம். அவன் நம் உள்ளத்தே அநுபவப் பொருளாக எழுந்தருளவும், அதனால் மரணமிலாப் பெரு வாழ்வு நமக்குக் கிடைக்கவும் வாய்ப்பு உண்டாகும்.

குறிப்புஅறிந் தேன் உடல் உயிரது கூடிச்
செறிப்புஅறிந் தேன்,மிகு தேவர் பிரானை;
மறிப்புஅறி யாதுவந்து உள்ளம் புகுந்தான்;
கறிப்புஅறி யாமிகும் கல்விகற் றேனே.

முதல் தந்திரத்தில் கல்வியென்னும் பகுதியில் வரும் முதற்பாட்டு இது.

நால்வகைச் சங்காரம்

மனிதன் செயலற்றுக் கிடந்தால், "பிணம் போலக் கிடக்கிறான்" என்று கூறுவர். அவன் கைகால் இருந்தும் இயங்காமையால் அப்படிச் சொல்லத் தோன்றுகிறது. மனிதன் தினமும் உறங்குகிறான். அப்போது அவன் செயலற்றுக் கிடக்கிறான். கொலையாளியும் குழந்தையும், குடும்பியும் துறவியும் தூக்கத்தில் ஒரே நிலையை அடைகிறார்கள். ஒன்று, இரண்டு, மூன்று என்ற எண்களின் மதிப்பில் வேறுபாடு உண்டு. ஆனால் ஒன்றில் ஒன்றைக் கழித்து வந்த பூஜ்யமும், இரண்டில் இரண்டைக் கழித்து வந்த பூஜ்யமும், பூஜ்யத்தை மற்ற எண்களால் பெருக்கி வந்த பூஜ்யமும் ஒரே நிலையை சுழுத்தியவத்தையில் தம்மை மறந்து தூங்குகிறவர்கள் அந்தத் தூக்கத்துக்கு முன்னும் பின்னும் வேறுபட்ட நிலையில் இருந்தாலும் அப்போது செயலற்றுப் பூஜ்யமாக ஒரே நிலையில் இருக்கிறார்கள்.

இறைவன் மனிதனுடைய உடம்புக்கு ஓய்வு கொடுக்கத் தூக்கம் என்ற ஒன்றை அளித்திருக்கிறான். எல்லோரையும் சில மணி நேரம் ஒன்றும் செய்யாமல் துயிலில் ஆழப் பண்ணி விடுகிறான். அப்போது சிறிது நேரத்துக்குச் செத்துப் போனவர்களைப் போலவே ஆகிவிடுகிறார்கள்.

ஒருவிதத்தில் உறக்கமும் சாவும் ஒப்புமை உடையன.

"உறங்கு வதுபோலும் சாக்காடு, உறங்கி விழிப்பது போலும் பிறப்பு"

என்பது குறள். மரணத்தை நெடுந்துயில் என்று சொல்வதுண்டு. உயிர்கள் ஒரு நாள் உறங்குவது அற்றை நாளில் பிறந்து வாழ்ந்து அந்த நாள் வாழ்வை முடித்துக்

கொண்டு இறந்து விடுவதற்குச் சமானம். மறுநாள் விழிப்பது மீட்டும் பிறப்பதற்குச் சமமானது. மரணத்தை நெடுந்துயில் என்பதற்கு மாறாகத் துயிலைக் குறு மரணம் என்று சொன்னால் தவறு இல்லை.

மரணம் என்பது உடலைப் பெற்றவர்கள் நிலையினின்று சொல்லும் சொல். அதை உண்டாக்கும் கடவுள் நிலையிலிருந்து பார்த்துச் சொன்னால் அது அவன் செய்யும் சங்காரம். மரணம் உயிர்களின்பால் நிகழும் செயல்; அதை அவற்றினிடம் நிகழ்த்தும் செயலுக்குச் சங்காரம் என்று பெயர். இறைவன் சங்காரம் செய்கிறான்; அதனால் உயிர்கள் மரணம் அடைகின்றன.

தாய் தூங்க வைக்கிறாள்; குழந்தை தூங்குகிறது. மக்கள் தூங்குவதாகிய குறு மரணம் அடைகிறார்கள். இறைவன் எல்லோரையும் தூங்கச் செய்வதாகிய சிறிய சங்காரத்தைச் செய்கிறான். உறங்குவது குறு மரணமானால் உறங்கச் செய்வது குறுஞ் சங்காரமாகத்தானே இருக்கும்?

இந்தக் குட்டிச் சங்காரம் ஒவ்வொரு நாளும் நிகழ்கிறது. அதை நித்தசங்காரம் என்று சொல்லலாம். உயிர்கள் தினந்தோறும் உறங்குவதாகிற குறுமரணம் அடையச் செய்வதாகிய செயலே நித்தசங்காரம்.

நித்தசங் காரம் உறக்கத்து நீள்மூடம்.

(நித்தசங்காரம் என்பது உயிர்கள் உறங்கும்போது அவ்வுறக்கத்தில் யாவற்றையும் மறந்து நிற்கும் நீண்ட நிலை.

மூடம் என்றது சுழுத்தி நிலையை. அப்போது எல்லாம் மறந்து ஒன்றையும் அறியாமல் இருத்தலின் மூடம் என்றார்.)

சிருஷ்டி, ஸ்திதி, சங்காரம் என்று கூறும் முத்தொழிலையும் இறைவன் இயற்றுகிறான். அவை உயிர்களை உடம்புடன் பொருத்திப் படைத்தலும், உடம்புடன் வாழும்படி பாதுகாத்தலும், உடம்பினின்றும் நீக்குதலும் ஆகும்.

இம்மூன்றும் உயிர்க் கூட்டங்களைச் சாரும் தொழில். சிருஷ்டியால் தோற்றமும், ஸ்திதியால் வாழ்வும், சங்காரத்தால் மரணமும் உயிர்களுக்குச் சம்பவிக்கின்றன.

வாழ்வு விழித்திருப்பதைப் போன்றது; மரணம் உறங்குவதைப் போன்றது. விழித்திருக்கும் நிலையைச் சாக்கிரம் என்று சொல்வார்கள். அதையே வாழ்வுக்கும் ஒரு குறியீடாகக் கொள்ளலாம். அதன்பின் உள்ள அவஸ்தையை வாழ்வுக்குப் பின் வரும் மரணத்துக்கு ஒப்பிடலாம். வாழ்வுக்குப் பின்வரும் நிலை சாக்கிரத்துக்குப் பின் உள்ள நிலை போன்றது; ஆகவே அதைச் சாக்கிராதீதம் என்று சொல்லலாம். அப்போது சங்காரம் நிகழ்கிறது.

முன்னே சொன்னது ஒரு நாளின் முடிவிலே நிகழும் சங்காரம்; இதுவோ வாழ்நாளில் முடிவிலே நிகழும் சங்காரம். இது அந்தச் சங்காரத்துக்கு அடுத்தபடி வைத்து எண்ணக் கூடியது.

வைத்தசங் காரமும் சாக்கிரா தீதமாம்.

(அடுத்தபடியாக வைத்த சங்காரம் சாக்கிரமாகிய வாழ்நாளுக்குப் பின்னதாகிய மரணத்தை நிகழ்த்துவதாம்.

சங்காரம் காரணம்; மரணம் காரியம். காரணத்தைக் காரியமாக உபசரித்தல் என்ற மரபுப்படி சங்காரம் சாக்கிராதீதமாம் என்றார். முன்பு சொன்னது இத்தகையதே. அதீதம் - கடந்தது.)

மரணம் என்பது எல்லோருக்கும் ஒருங்கே நிகழ்வது அன்று. ஒவ்வொருயிரும் தன் வாழ்நாள் முடிந்தபின்பு இறந்து படுகிறது. ஒரு நாளில் ஓய்வுபெற உறக்கம் இருப்பது போல ஒரு வாழ்நாளில் ஓய்வுபெற மரணம் இருக்கிறது. அடுத்தபடி எல்லோருக்கும் பொதுவான ஓய்வுகாலம் ஒன்று உண்டு. அதைச் சர்வ சங்கார காலம் என்பார்கள்.

எல்லா உயிர்களையும் மூல மலத்தில் ஒடுங்கியிருக்கும் படி அந்த மகா சங்கார காலத்தில் இறைவன் செய்வான். துயிலைக் குறுமரணமென்றும், இறப்பை மரணமென்றும் சொன்னால்,

சர்வ சங்கார காலத்து ஒடுக்கத்தைக் கூட்டு மரணம் என்று சொல்லலாம். வீட்டிலுள்ள எல்லாப் பிள்ளைகளையும் தூங்க வைத்துவிட்டுத் தாய் இளைப்பாறும் காலத்தைப் போன்றது அக்காலம். அந்த மரணம் மூன்றாவது மரணம். அப்போது இறைவன் செய்யும் சங்காரம் முழுமையானது; யாரையும் விட்டுவைக்காமல் எல்லா உயிரையும் ஒடுக்கத்தை யடையச் செய்யும் செயல் அல்லவா? மற்றச் சங்காரங்களில் ஏனைய தொழில்களும் நடந்துகொண்டுதான் இருக்கும். எல்லோரும் தூங்கும்போது சிலர் விழித்துக் கொண்டிருப்பார்கள். சிலர் மரணமடையும் போது எஞ்சியவர்கள் வாழ்ந்து கொண்டிருப்பார்கள். ஆனால் சர்வ சங்கார காலத்தில் எல்லா உயிரும் மரண நிலையை அடைகின்றன. ஆதலால் அதுதான் சுத்த சங்காரம் என்று சொல்வதற்குரியது.

சுத்தசங் காரம் தொழில்அற்ற கேவலம்.

(சுத்த சங்காரம் என்பது வேறு எத்தொழிலும் இன்றி இறைவன் பிறருக்கு ஓய்வளித்துத் தானும் தொழிலின்றித் தனி நிற்கும் நிலை.

தொழில் அறுதல் இறைவனுக்கு. கேவலம் - ஆன்மாக்கள் மூலமலத்தில் ஒடுங்கியிருக்கும் நிலை.)

குறுஞ்சங்காரம், தனிச் சங்காரம், சுத்த சங்காரம் என்ற மூன்றுக்கும் மேலே மற்றொரு சங்காரம் உண்டு. அதைச் சங்காரம் என்று குறிப்பதில்லை; அநுக்கிரகம் அல்லது அருளல் என்று ஐந்தாவது தொழிலாகக் குறிப்பிடுவார்கள்.

முன்னே சொன்ன மூவகை மரணங்களில், நித்திய மரணத்தில் உடம்பும் உயிரும் ஒட்டி நின்று, உடம்பு தொழிலின்றி இருக்கிறது; உடம்பு இயங்குதல் ஒழிகிற நிலை அது. இரண்டாவது மரணம் பருவுடம்பு ஒழிகிற நிலை. மூன்றாவது உயிரும் மூலமலமும் ஒன்ற, மற்றவை ஒழிந்த நிலை.

இதற்கு அடுத்த முடிவான நிலை ஒன்று உண்டு. அதுதான் உயிர் மலத்தினின்றும் விடுபடும் நிலை. சீவன் என்ற

உணர்வொழிந்து இறைவனுடன் ஒன்றுபடுவது அது. அப்பால் அதற்கு இயக்கம் இல்லை. சீவன் சிவசொரூபமாகும் நிலை யாகிய அதில் சீவன் மரணமடைகிறது. 'எஞ்ஞான்றுகொல் சாவதுவே' என்று மணிவாசகர் பேசுவார். இந்த மரணத்தை உண்டாக்குபவன் இறைவன்தான். இது மரணமல்ல; அமுதக் கடலில் ஆழ்ந்தால் மரணம் இல்லை; ஆனால் செயலும் இல்லை. அதுபோன்றது இது. இந்த மரண நிலையை உண்டாக்கும் தொழிலும் ஒருவகைச் சங்காரந்தானே? இது ஆன்மாக்களை முத்தி நிலத்துக்குச் செலுத்தும் சங்காரம்; இதுதான் சிவபிரான் செய்யும் அநுக்கிரகம்; அருள் உளதாகும் நிலைமை.

உய்த்தசங் காரம் சிவன்அருள் உண்மையே.

(ஆன்மாக்களை மீளாத நிலையிற் செலுத்தும் சங்காரம் சிவபிரானுடைய அருள் உளதாகும் நிலைமை.

உய்த்த - செலுத்திய. உண்மை - உளதாம் தன்மை.)

இந்த மரணம் ஒளிமரணம்; அமுதச் சாவு; மாறாத வாழ்வாகிய இறப்பு; அத்துவித நிலை தரும் இன்பத் தூக்கம். இதையே சாசுவத மரணம் என்று சொல்லலாம்.

உயிர் அடையும் நால்வகை மரணங்களையும் அவற்றை நிகழ்த்தும் நால்வகைச் சங்காரங்களையும் இந்தப் பாட்டில் திருமூலர் புலப்படுத்துகிறார். அந்த நான்கு மரணங்களுக்கும் வேறுபெயர், துயில், இறப்பு, ஒடுக்கம், முத்தி என்பன.

நித்தசங் காரம் உறக்கத்து நீள்மூடம்;
வைத்தசங் காரமும் சாக்கிரா தீதமாம்;
சுத்தசங் காரம் தொழில்அற்ற கேவலம்;
உய்த்தசங் காரம் பரன்அருள் உண்மையே.

இது இரண்டாந் தந்திரத்தில் சங்காரம் என்ற பகுதியில் வரும் ஐந்தாவது பாட்டு.

என்ன மாயம்!

ஒரு பெரிய வீடு. அதற்குள் ஓர் அறை; சிறிய அறை தான். வீட்டுக்குச் சொந்தக்காரனுடைய சேமிப்பை வைக்கும் அறை அது. அந்த அறையில்தான் அவன் பெரும்பாலும் இருப்பான்.

அதே அறையில் வேறு ஒருவனும் இருக்கிறான். வெளியில் பெருங்கூட்டத்தில் ஒருவன் நிற்கிறான் என்றால் அடையாளம் கண்டு கொள்ள முடியாது. இதுவோ சிறிய அறை. இங்கே மூன்றாவது பேர்வழி யாரும் இல்லை. வீட்டுக்கு உடையவனும் அந்த 'ஒருவனு'ம் இருக்கிறார்கள். ஆனால் அவனை வீட்டுக்கு உடையவனால் தெரிந்து கொள்ள முடியவில்லை. என்ன மாயம்!

உள்ளத்து ஒருவனை... உரு அறியாதே.

அது கிடக்கட்டும். ஒரே இருளாக இருந்தால் அறையில் இருக்கிற பொருள் தெரியாது. அவனோ ஒரு பெரிய சோதிப்பிழம்பாக நிற்கிறான். அறைக்குள் விளக்கை ஏற்றினால் உள்ளே இருக்கும் பொருள் யாவும் தெரியுமே! அந்த விளக்குத் தெரியாமல் இருக்குமா? இங்கே, அந்த அறையில் சோதியாக நிற்கும் அவனைத் தெரிந்து கொள்ள முடியவில்லை. என்ன மாயம்!

உள்ளூறு சோதியை... உரு அறியாதே.

அந்த ஒருவன் அடிக்கடி வெளியிலே போய் விடுவானானால் அவனை அந்தச் சமயங்களில் காண இயலாது. "நான் பார்க்கும்போதெல்லாம் அவன் வெளியிலே போய்விடுகிறான்" என்று சொல்லலாம். ஆனால் அவன் எப்போதும் அங்கே இருக்கிறான். அந்த இடத்தை விட்டு

ஓரடியும் நகர்வதே இல்லை. வீட்டுக்காரன் அயர்ந்து மறந்து நழுவினாலும் அவன் அவ்விடத்தை விட்டுச் செல்வதே இல்லை. அப்படியிருந்தும் அவனைத் தெரிந்து கொள்ள முடியவில்லை. என்ன மாயம்!

உள்ளம் விட்டு நீங்கா ஒருவனை
உரு அறியாதே.

இறைவன் ஒவ்வொருவருடைய உள்ளத்திலும் இருக்கிறான். ஒருவன் தன் உள்ளத்தில் நினைப்பதை அயலார் அறிய இயலாது. இறைவனோ அவன் உள்ளத்தில் இருப்பதனால் அங்கே தோன்றும் எண்ணங்களையெல்லாம் அறிந்துகொள்கிறான். புறஉலகத்திலே காணும் பொருள்களையும் நிகழும் நிகழ்ச்சிகளையும் கண்ணால் கண்டும் பிற பொறிகால் நுகர்ந்தும் அவற்றின் நினைவுகளை உள்ளம் சேமித்துக் கொள்கிறது. அவற்றை மீட்டும் காணுகிறது. பல்லாயிரம் மைல்களுக்கு அப்பாலுள்ள பொருள்களை இருந்த இடத்திலிருந்தே உள்ளம் நினைக்கிறது; அகக் கண்ணால் காணுகிறது. இல்லாத பொருள்களையும் நடவாத செயல்களையும் கற்பனையினால் அமைத்துக் கொண்டு காணுகிறது. பகற் கனவுகளும், மனோராஜ்யங்களும், கற்பனைக் கதைகளும், காவியங்களும் இந்தப் பொய்யான காட்சிகளின் விளைவுகள் என்றுதானே சொல்லவேண்டும்?

இவ்வளவு விரிந்தும் உயர்ந்தும் ஆழ்ந்தும் ஆராய்ந்தும் காட்சி காணும் உள்ளம், தன்னிடம் உள்ள ஒருவனைக் காண்பதில்லை. மற்றவை யாவும் வெறும் நினைவுகள். அவனோ உண்மையில் உள்ளவன். அவனையன்றி வேறுயாரும் அங்கே இல்லை; இருக்கவும் இயலாது. ஆயினும் அவனை உள்ளம் உணர்வதில்லை.

இறைவன் இருளாக இல்லை; ஒளிமயமாக இருக்கிறான். அந்த ஒளி இந்த உள்ளத்துக்குப் பயன்படுவதில்லை.

உள்ளத்துக்குள்ளே உறையும் உறையும்
பெருமான் அவன்.

உள்ளமும் தானுமாக ஒட்டியிருக்கும் பெருமான். அப்படி இருப்பினும் உள்ளம் அவனை அடையாளம் கண்டுகொள்ள முடியவில்லை.

இதற்கு என்ன காரணம்? குருடனுக்குக் கண் முகத்தில் இருந்தும் அதில் படலம் படர்ந்திருக்கிறது. அதனால் எவ்வளவு பெரிய விளக்கை வைத்தாலும் காண முடியாது. எவ்வளவு அருகில் இருந்தாலும் தெரியாது. எவ்வளவு காலம் இருந்தாலும் உருவை அறிய இயலாது. அப்படியே உள்ளத்தில் ஒரு படலம் இருக்கிறது. அதனை அங்கே வைத்து மறைக்கிறவன் இறைவன். அப்படிச் செய்வதைத் திரோபவம் அல்லது மறைத்தல் என்று சொல்வார்கள். சிருஷ்டி, ஸ்திதி, சங்காரம், திரோபவம், அநுக்கிரகம் என்னும் பஞ்ச கிருத்தியங்களில் திரோபவம் ஒன்று.

இந்த மறைப்பை ஞானமென்னும் கத்தியால் கிழித்து இறைவனைக் காண்பவர் சிவஞானிகள்.

உள்ளத்து ஒருவனை, உள்ளூறு சோதியை,
உள்ளம்விட்டு ஓரடி நீங்கா ஒருவனை,
உள்ளமும் தானும் உடனே இருக்கினும்
உள்ளம் அவனை உருஅறி யாதே.

(உள்ளத்துள் இருக்கும் ஒருவனை, அதன் உள்ளே இருக்கும் சோதிப்பிழம்பை, அவ்வுள்ளத்தினின்றும் ஓரடியேனும் நீங்காமல் நிற்கும் ஒருவனை, உள்ளமும் அவனும் எப்போதும் இணைபிரியாமல் உடன் இருந்தாலும், உள்ளம் அப்பெருமானை இத் தகையன் என்று அடையாளம் கண்டு கொள்ளாது. இது திரோபவம்.

ஓரடி என்றது சிறிதளவு இடங்கூட என்றபடி. தானும்- அவனும். உரு அறிதல்-அடையாளம் தெரிந்துகொள்ளுதல்:)

தன் தோளின் மேல் ஆட்டுக் குட்டியைப் போட்டுக் கொண்டு ஊரெல்லாம் தேடிய ஆயனைப் போல உள்ளத்திலே அவனை வைத்துக்கொண்டு அலைகின்றனர் மக்கள்.

இறைவனுடைய மாயா லீலை இருந்தவாறு என்னே!

இரண்டாந் தந்திரத்தில் திரோபவம் என்னும் பகுதியில் உள்ள முதற்பாட்டு இது.

உத்தமன் கோயில்

தரிசாகக் கிடக்கிறது ஒரு நிலம். அதில் கள்ளியும் எருக்கும் படர்ந்திருக்கின்றன. பாம்புப் புற்றும் ஒருபால் இருக்கிறது. அந்த இடத்துக்கு யாருமே போவதில்லை. கிணறு வெட்டினால் பாதாளம் வரைக்கும் சென்றால்தான் தண்ணீரைக் காணலாம். அந்த நிலத்தைப் பற்றி யாருக்கு என்ன கவலை இருக்கும்?

திடீரென்று ஒருநாள் அதற்கு மதிப்பு உண்டாயிற்று. அந்தப் பக்கத்தில் வெறும் வெளியாக இருந்த நிலங்களையும் இந்த நிலத்தையும் நில நூல் வல்லவர்கள் ஆராயத் தொடங்கினார்கள். நில மகளின் வயிற்றை அகழ்ந்து பார்க்கும் விஞ்ஞானிகள் அவர்கள். அங்கே தங்கம் கொடியோடிக் கிடக்கிறதென்று அவர்கள் தெரிந்து கொண்டார்கள்; ஆராய்ச்சி நடத்தினார்கள்.

ஆராய்ச்சியின் முடிவில் அந்த நிலப்பரப்பின் கீழே தங்கம் இருக்கிறது என்று தெளிவாகத் தெரிய வந்தது. பின்னும் பல ஆராய்ச்சியாளர்களும், அரசாங்க அதிகாரிகளும் வந்தார்கள். அந்த இடத்தைச் சுற்றி மதில் எடுத்தார்கள். கள்ளியும் முள்ளும் இருந்த இடம் தெரியாமல் ஒழிந்தன. இதற்குமுன் இருந்த கள்ளிக்காடா அது? தங்கச் சுரங்கம் அல்லவா?

தங்கம் அங்கே புதியதாக உண்டாகவில்லை. மக்கள் இதுவரை அதை வெறும் கள்ளிக்காடாக எண்ணியிருந்தார்கள். அறிஞர்கள் அதன்கீழ் உள்ள மதிப்புள்ள பொருளை இப்போது கண்டு கொண்டமையால் அந்த நிலத்தின் மதிப்பு உயர்ந்துவிட்டது. இந்த மதிப்பு நிலத்துக்காக வந்தது அன்று; அதற்குள்ளே இருக்கும் பொருளாகிய தங்கத்தால் வந்தது.

தங்கம் இருப்பது தெரியாத வரையில் மதிப்பு உண்டாக வில்லை; தெரிந்தபிறகே மதிக்கத் தொடங்கினார்கள்.

இந்த உடம்பு கள்ளிக்காட்டைப் போலத்தான் இருக் கிறது. புழுவும் அழுக்கும் பொதிந்த இடம் இது. சற்றே சிந்தித்தால் உடம்பைக் காட்டிலும் அருவருக்கத்தக்க பொருள் ஒன்றும் இல்லை என்று சொல்லலாம். அருவருக்கத்தக்க அழுக்குகளும் ஆபாசங்களும் உடம்பிலிருந்து உண்டா கின்றவைகளே.

பல பெரியார்கள் இந்த உடம்பை அருவருத்துப் பாடி யிருக்கிறார்கள். "இதை எப்படிச் சகித்துக் கொண்டிருப்பது?" என்று சொல்லியுள்ளார்கள்.

"புறந்தோல்போர்த் தெங்கும் புழு அழுக்கு மூடி
மலஞ்சோரும் ஒன்பது வாயிற் குடில்"

என்று மாணிக்க வாசகர் சொல்கிறார்.

இந்த உடம்புக்குள்ளேதான் உயிர் வாழ்கிறது. மனிதனுக்கு எல்லாப் பொருள்களிலும் சிறந்தது உயிர். அது குடியிருக்கிற வீடு இது என்ற நினைவினால் நாம் இதைச் சோறு போட்டுக் காப்பாற்றுகிறோம். ஞானிகளோ இது சில காலம் குடியிருக்க வந்த ஓட்டைக் குடில் என்று அருவருக் கிறார்கள்.

உடம்பு உயிர் வாழும் இடம் என்பதோடு, உயிர்க்குயிராகிய இறைவன் வாழும் திருக்கோயில் என்ற உண்மையையும் தெரிந்து கொண்டால் உடம்பின் அருமை புலப்படும். தங்கம் உள்ள நிலத்தைப் பாதுகாப்பது போல இதைப் பாதுகாக்க வேண்டும் என்ற எண்ணம் உண்டாகும். தங்கம் உள்ள நிலம் என்று அறிந்தவர்கள் நிலத்தைப் பாதுகாப்பதோடு நின்று விடுவார்களா? அதில் உள்ள தங்கத்தை அகழ்ந்து எடுத்துப் பயனடைவார்கள்.

உடம்பினுக்குள்ளே உத்தமனாகிய இறைவன் இருக்கிறான் என்பதை உணர்ந்த பின் அந்த உடம்பைப் பாதுகாப்பதோடு

நில்லாமல் அந்த உத்தமனைக் கண்டு இன்புற முயல்வார்கள். நாம் உடம்பைப் பாதுகாப்பது, உடம்பினால் வரும் சிறிய இன்பங்களைக் கருதி. யோசிகள் இறைவன் ஆலயம் இது என்று பாதுகாத்து அவனது தரிசனத்தைச் செய்ய முற்படுவார்கள்.

உடம்பால் ஆன பயனைப் பெற்றபிறகு இந்த உடம்பை நீத்துவிட அவர்கள் சித்தமாக இருப்பார்கள். நிலத்தின் அடியிலிருந்த தங்கத்தையெல்லாம் வெட்டி எடுத்து பிறகு அந்த நிலத்தை மாத்திரம் வைத்துக் கொண்டு பாதுகாக்க மாட்டார்கள். சிவயோகிகள் உடம்பை எப்படிப் பாதுகாக்க வேண்டுமோ அப்படி மிகவும் கவனமாகப் பாதுகாப்பார்கள். உடம்பு போய் விடும் காலம் வந்தால் அதற்காக வருந்த மாட்டார்கள். கரும்பை ஆலையில் ஆட்டிச் சக்கையை எறிந்து விடுவது போல, உடம்பினால் ஆன பயனைப் பெற்ற பின்பு இதனை உதைத்துத் தள்ளுவதில் அவர்களுக்குத் துக்கமே இராது.

நாமோ? உடம்பை உடம்புக்காகவே பாதுகாக்கிறோம். உடம்பு எத்தனை நாளைக்கு இருந்தாலும் நமக்குப் போதாது. தேகமே நமக்குச் சொர்க்கம்.

திருமூலர் பெரிய சிவயோகி. அவர் உடம்பைப் பல ஆயிரம் ஆண்டுகள் வாழ வகை செய்து கொண்டார். "இந்த நாற்ற உடம்பை எதற்காக இவ்வளவு காலம் வைத்திருக்கிறீர்கள்?" என்று அவரைக் கேட்டால் அவர் என்ன விடை சொல்வார்? இந்தப் பாட்டைத்தான் சொல்வார்.

உடம்பினை முன்னம் இழுக்குஎன்று இருந்தேன்;
உடம்பினுக் குள்ளே உறுபொருள் கண்டேன்;
உடம்புளே உத்தமன் கோயில்கொண் டான்என்று
உடம்பினை யான்இருந்து ஓம்புகின் றேனே.

(உடம்பை முன்பு குறைபாடுடையதென்று எண்ணியிருந்தேன். இப்போது உடம்புக்குள்ளே இருக்கும் உயர்ந்த பொருள் இன்ன தென்பதைத் தெரிந்து கொண்டேன்.

உடம்புக்குள்ளே உத்தமனாகிய இறைவன் கோயில்கொண்டு எழுந்தருளியிருக்கிறான் என்று உணர்ந்து, இவ்வுடம்பையான் உலகில் இருந்து பாதுகாக்கிறேன்.

இழுக்கு - குறைபாடு; இழிவு; இங்கே இழுக்குடைய பொருள் என்று கொள்ளவேண்டும். ஓம்புகின்றேன் - பாதுகாக்கிறேன்.)

திருமூலர் கைலையில் வாழ்ந்த சித்தர். திருவாவடு துறைக்கு வந்து ஓர் இடையன் உடம்பிற் புகுந்து கொண்டார். அதில் இருந்தபடியே யோகம் செய்து பல காலம் வாழ்ந்தார். "இந்த உடம்பில் இருந்துகொண்டு ஏன் பாதுகாக்கிறீர்கள்?" என்று கேட்பதற்கு நியாயம் இருக்கிறதல்லவா?

ஊற்றைச் சரீரம் என்று எண்ணாமல் உத்தமன் கோயில் என்று பாதுகாத்ததைச் சொல்லும் இப்பாடல் மூன்றாந் தந்திரத்தில் சரீர சித்தி உபாயம் என்ற பகுதியில் வரும் இரண்டாவது பாட்டு.

அஞ்சுள ஆனை

ஒருவன் பெரிய காட்டுக்குள் சிக்கிக்கொண்டான். அந்தக் காட்டில் வாழும் கொடிய பிராணிகளுக்குக் கணக்கு வழக்கே இல்லை. பாம்பு, தேள், பூரான் ஆகியவை எங்கும் நெளிகின்றன. முள்ளும் கல்லும் குண்டும் குழியும் எங்கும் இருக்கின்றன. இவற்றினின்றும் எப்படியோ தப்பி மீளலாம் என்றால், எல்லாவற்றிற்கும் மேலாக எப்போதும் தீங்கு விளைவித்துக் கொண்டிருக்கும் யானைகள் ஐந்து இருக்கின்றன. அவை இந்தக் காட்டை விட்டு அவனை வெளியிலே போகாத படி சுற்றி நின்று பிளிறுகின்றன. உலகத்துக்கு எட்டு யானைகள் காவல் என்றால், இந்தக் காட்டுக்கு ஐந்து யானைகள் காவல், காவல் என்று மட்டும் சொன்னால் போதாது. அவற்றின் ராஜ்யம் இக்காடு என்றே சொல்ல வேண்டும்.

காட்டைவிட்டுப் போக வேண்டுமானால் இந்த ஐந்து யானைகளையும் அடக்க வேண்டும். இல்லையானால் காட்டிலே கிடந்து நலிய வேண்டியதுதான்.

இத்தகைய காட்டில் வாழ்ந்த வேறு சிலர் யானைகளை அடக்கி விட்டுக் காட்டினின்றும் புறப்பட்டுத் தாம் நினைத்த இடத்துக்குச் சென்றிருக்கிறார்கள். ஒரு பெரிய தலைவனுடைய வீடு காட்டுக்கு அப்பாலே இருக்கிறதாம். காட்டு வாழ்க்கையை நீத்துச் சென்றால் அந்த மாளிகையிலே வாழலாம். காட்டு வாழ்க்கையில் ஒவ்வொரு கணமும் அச்சத்தால் நடுங்க வேண்டும். அந்த மாளிகையில் அச்சம் இல்லை; துன்பம் என்பதே இல்லை. "இன்பமே எந்நாளும் துன்பம் இல்லை'' என்று அங்கே சென்று சேர்ந்தவர்கள் சொல்கிறார்கள்.

யாரும் அஞ்சும் அந்த யானைகள் அஞ்சையும் எப்படி அடக்குவது? யானை அங்குசத்துக்கு அடங்கும். இந்தக் காட்டு யானைகள் சாமான்யமான அங்குசத்துக்கு அடங்குமா? இவற்றை அடக்குவதற்கென்று அஞ்சு அங்குசங்கள் இருக்கின்றன; சாமர்த்தியமுடையவர்கள் அவற்றைப் பெறும் வகையில் பெற்று ஐந்து யானைகளையும் அடக்கிக் காட்டினின்றும் விடுதலை பெற்று அந்தப் பெருங்கணக்கெடுத்து செல்வனுடைய மாளிகையில் வாழத் தலைப்படுகிறார்கள்.

உடம்புதான் அந்தக் காடு. காட்டில் இருக்கும் மரஞ்செடி கொடிகளையும் விலங்குகளையுமாவது விடலாம். உடம்பில் இருக்கும் நரம்பு ஊன் முதலியவற்றையும், இதற்குள் வாழும் தீய குணங்களையும் அள விட்டுக் கூற முடியாது. ஐந்து பொறிகளாகிய யானைகள் இந்தக் காட்டில் வாழ்கின்றன. அவற்றின் ஆட்சிக்குள் அடங்கி ஆன்மா உடம்பில் சிறைப்பட்டுக் கிடக்கின்றது.

அஞ்சுள ஆனை அடவியுள் வாழ்வன.

(உடம்பாகிய காட்டில் வாழ்பவைகளாகிய பொறிகள் என்னும் யானைகள் ஐந்து உள்ளன.)

இந்த அஞ்சையும் அடக்கும் அங்குசம் அஞ்செழுத்தாகிய பஞ்சாட்சரம். பஞ்சாட்சரத்தை உச்சரித்துச் செபித்தலால் மனம் ஒருமைப்படும். இறைவனுடைய திருவருட் கருணை கிடைக்கும். அதனால் பொறிகளின் விளையாட்டு அடங்கும். ஐந்து எழுத்துக்களும் சேர்ந்த தொடராகப் பஞ்சாட்சரம் இருந்தாலும் ஒவ்வோர் எழுத்தும் தனித் தனிப் பொருளை உடையது; அதனால் ஒவ்வோரெழுத்தும் ஒவ்வொரு சொல்லேயாகும். இக்காரணத்தால் ஐந்தெழுத்தை, "அஞ்சு பதம்" என்றும் சொல்வதுண்டு.

அஞ்சுக்கும் அஞ்செழுத்து அங்குசம் ஆவன.

(பொறிகளாகிய ஐந்து யானைகளுக்கும் திருவைந் தெழுத்துக்கள் அங்குசமாக உதவுபவை.)

இறைவன் இருக்கும் முத்தி வீட்டை அடையாமல் உடம்பாகிய காட்டினில் உயிர்கள் வாழ்கின்றன. காட்டைக் கடந்தால் வீட்டை அடையலாம். அந்த வீட்டுக்கு உடையவன் உலகத்துக்கெல்லாம் முதல்வன். உலகம் ஐந்து பூதங்களால் ஆனது. கீழிருந்து பார்த்தால் தத்துவங்களின் வரிசையில் பஞ்ச பூதங்கள் முதலில் நிற்கின்றன. அவற்றை முதலாகக் கொண்ட தத்துவங்கள் எல்லாம் தோற்றும்போது ஆதியாக நிற்பவன் இறைவன்.

"அகர முதல எழுத்தெல்லாம் ஆதி
பகவன் முதற்றே உலகு"

என்று திருக்குறள் முதற் செய்யுளில் அறிவிக்கிற உண்மை அல்லவா அது?

அத்தகைய ஆதியின் அகமாகிய முத்தியென்னும் வீட்டை, ஐம்புலனை வென்று அருள் பெற்றவர்கள் அடைவார்கள்.

அஞ்சு பூதங்கள் முதலிய தத்துவங்களுக்கு முதல்வனாகிய இறைவன் உள்ள இடம் முத்தி. அது துன்பமில்லாத இன்ப நிலையம். அவ்விடத்தை அடைய முடியாமல் உயிர்கள் உடம்பாகிய காட்டில் இருந்து வாழ்கின்றன. காட்டை விட்டுப் போக முடியாமல் ஐம்பொறிகளாகிய யானைகள் தடுத்துக் காவல் செய்கின்றன. திருவைந்தெழுத்தாகிய அங்குசத்தைக் கொண்டு அந்த யானைகளை அடக்கி வென்றவர்களே காட்டை விட்டு நீங்கி இறைவனுள்ள இடத்தை அடைய முடியும்.

அஞ்சுள ஆனை அடவியுள் வாழ்வன;
அஞ்சுக்கும் அஞ்செழுத்து அங்குசம் ஆவன;
அஞ்சையும் கூடத் தடுக்கவல் லார்கட்கே
அஞ்சாதி ஆதி அகம்புகல் ஆமே.

(காட்டில் வாழ்வனவாகிய யானைகள் ஐந்து இருக்கின்றன. அந்த அஞ்சுக்கும் அங்குசமாக இருப்பவை அஞ்செழுத்துக்கள். அஞ்சு யானைகளையும் ஒருங்கே அடக்க வல்லவர்களுக்கே ஐம் பூதங்கள் முதலாகிய தத்துவங்களுக்கு முதல்வனாகிய இறைவனது வீடாகிய முத்தியை அடைதல் சாத்தியமாகும்.

ஆனை என்றது பொறிகளை. அடவி-காடு; உடம்பாகிய காடு. கூட - ஒருங்கே. தடுக்க-தம்மைப் புறம் போகவிடாமல் ஊறு செய்வதைத் தடுக்க. அஞ்சு ஆதி-அஞ்சு பூதம் முதலிய தத்துவங்கள்; அன்மொழித்தொகை. தத்துவங்கள் ஒடுக்க முறையில் ஐந்து பூதங்களிலிருந்து தொடங்குவதால் அஞ்சு ஆதி என்றார். ஆதி-அவற்றிற்கு மூலமாகிய தலைவன்; எல்லாத் தத்துவங்களுக்கும் ஆதியாய் நிற்பவன். முப்பத்தாறு தத்துவங்களில் முதல் தத்துவம் சிவம்; இறுதித் தத்துவம் பிருதுவி. தோன்றும் முறையில் சிவதத்துவம் ஆதி. ஒடுங்கும் முறையில் பிருதுவி தத்துவம் முதல். ஆதியினுடைய அகம், முத்தி. புகல் ஆம்-புகுதல் கை கூடும்.)

நாலாந் தந்திரத்தில் திருவம்பலச் சக்கரம் என்ற பகுதியில் 64-ஆம் பாட்டாக உள்ளது இது.

குன்றும் நாயும்

சிறிய ஊராக இருந்தால் அதற்குப் போகிறவர்கள் மிகச் சிலரே இருப்பார்கள். அதற்குச் செல்லும் வழியும் சிறிதாக இருக்கும். பெரிய நகரமாக இருந்தால் நாலு திசையிலிருந்தும் மக்கள் வருவார்கள். வியாபார நிமித்தமாகவும், நகரத்தில் வாழ்பவர்களைக் காணும் பொருட்டும், வேறு வேலையாகவும் அளவற்ற மக்கள் வந்து கொண்டும் போய்க் கொண்டும் இருப்பார்கள். அவர்கள் வந்து செல்லப் பெரிய சாலைகள் பல இருக்கும்.

முத்தி என்பது பெரிய ஊர். எத்தனை பேர் அங்கே வாழ்கிறார்கள் என்று கணக்கிட முடியாது. எப்போதிலிருந்து அதில் உயிர்கள் வாழத் தொடங்கின என்பதையும் சொல்ல முடியாது. அந்த ஊர் எப்போது உண்டாயிற்று? அதையும் சொல்ல ஆள் இல்லை. ஒன்றுமட்டும் தெரியும்; அந்த ஊருக்கு எப்போதும் ஒருவனே தலைவன். அவனுக்குத்தான் கடவுள் என்று பெயர். அந்தத் தலைவனை வெவ்வேறு பேர் கொண்டு அழைக்கிறார்கள். அந்த அந்த ஊரில் சென்று கேட்டால் அவர்கள் சொல்லும் ஒவ்வொரு பெயரும் வெவ்வேறு தலைவனுடைய பேர் என்று தோன்றும். ஆனால் அந்தப் பேரூருக்குச் சென்று பார்த்தால் எல்லாப் பேர்களும் ஒருவனையே குறிக்கும் என்று தெரிந்து கொள்ளலாம்.

அவர்கள் வருகிற வழிகள் எப்படி இருக்கின்றன? ஒவ்வொன்றும் ஒவ்வொரு விதம். வடக்கேயிருந்து வருபவர் களுக்கு ஒரு வழி இருக்கிறது; அந்த வழியில் வியாழக்கிழமையன்று யாரும் வரமாட்டார்கள். அன்று தெற்கே சூலமல்லவா? மற்ற வழிகளில்

வியாழக்கிழமையன்று மக்கள் பேரூரை நோக்கி வந்து கொண்டிருப்பார்கள்.

இப்படி வெவ்வேறு வகையாக அந்த வழிகள் இருப்பதற்குக் காரணம், அவரவர் புறப்படும் இடம் வேறு வேறு வகையாக இருப்பதுதான். சென்று சேர்கிற பேரூரோ, அதில் இருக்கிற தலைவனோ வேறு வேறு நிலையில் இருப்பதாகக் கொள்ளக்கூடாது. எந்தத் திசையிலிருந்து எப்படி வந்தாலும் அந்த ஊருக்குள் புகுந்துவிட்டால் இன்ப வாழ்வைப் பெறலாம்.

"நான் ஆயிர மைல் நடந்து வந்தேன்; வரும் வழியில் எவ்வளவோ நாள் பட்டினி கிடந்தேன்" என்றால் அவனுக்குக் கொஞ்சம் அதிகமாக விருந்து கிடைக்கும் என்பதற்கில்லை.

“நான் அருகிலுள்ள ஊரிலிருந்து புறப்பட்டேன்; இரண்டு நாளில் வந்தேன்" என்றால் அவனிடம், "இன்னும் கொஞ்ச நாள் இரு. அப்புறம் உண்ணலாம்” என்று சொல்ல மாட்டார்கள். வேறு எந்த எந்த ஊரையோ நோக்கிப் போகாமல் இந்த ஊரை நோக்கி வந்ததே எல்லோருக்கும் பொதுவான கௌரவம். இந்தப் பேரூரை அடையும் வரைக்குந்தான் அவர்களுடைய வருத்தமும் தளர்ச்சியும் இருக்கும். இங்கே வந்துவிட்டால் அப்புறம் தளர்வு ஏது? துன்பம் ஏது?

இறைவனுடைய இடமாகிய முத்தி என்னும் பேரூரை அடையவே எல்லாச் சமயங்களும் வழி கூறுகின்றன. சமயங்களை மார்க்கம் என்று வடமொழியிலும் நெறியென்று தமிழிலும் சொல்வார்கள். இறைவனாகிய தலைவன் உள்ள ஊரை அடையும் வழியே சமயம். சமயம் என்னும் வழியில் புகுந்து நடந்து கொண்டே இருக்க வேண்டும். வேறு வகையான இடங்களுக்குச் செல்லும் பிற வழிகள் உயிர்களைப் பிறவியென்னும் பெருங் கடலிலே கொண்டுபோய் ஆழ்த்திவிடும்.

சமயங்கள் பலவானாலும் அக்காலத்தில் வேதத்தை ஆதாரமாகக் கொண்ட சமயங்கள் ஆறு என்று வரையறுத் திருக்கிறார்கள். சைவத்தில் அகச் சமயம் ஆறு என்ற வரையறை உண்டு.

முத்தியென்ற ஊருக்குச் செல்லும் வழிகளைப் போல அவை இருக்கின்றன. எப்படியாவது அந்த வழிகளில் ஒன்றை அடைந்து நடந்தால் முத்தியென்னும் பேரூரை அடைவது நிச்சயம்.

ஒன்றது பேரூர், வழிஆறு அதற்குஉள,
என்றது போல இருமுச் சமயமும்.

சமய நெறியில் புகுந்து நடக்கத் தொடங்கினவர்களுக்கு, அந்த வழி நல்லது. இந்த வழி நல்லது என்று ஆராய்ச்சி செய்ய நேரம் இல்லை. எந்த வழியிலும் செல்லாமல் நெடுந்தூரத்தில் நின்று, "அது நல்லது, இது தீயது" என்று திண்ணைப் பேச்சுப் பேசுகிறவர்களுக்கு ஒரு நன்மையும் உண்டாகாது. நேர்மை யுடன் உழைக்கும் ஒருவனுக்கு வேறு ஓர் உழைப்பாளியைக் கண்டால் மதிப்பு உண்டாகும். சோம்பேறிதான் இரண்டு பேரையும் எடைபோட்டுப் பார்ப்பான்; மேல் கீழ் என்று வேற்றுமையைக் காட்டுவான்; சில சமயங்களில் சண்டைகூட மூட்டிவிடுவான்.

தாம் எந்த வழியிலும் சாராமல் வாழ்நாளை வெறும் பேச்சிலே கழிக்கிறவர்களின் பேச்சை வழிச் செல்லும் அன்பர்கள் காதில் வாங்கிக் கொள்ள மாட்டார்கள்.

மலையைப் பார்த்து நாய் குரைத்தால் அந்த மலை அதைக் கேட்கிறதா? அதற்காகப் பயந்து விலகுகிறதா? நாய் குரைத்துக் குரைத்துப் பலம் இழந்து அடங்கிவிடும். மலை எப்போதும்போல் சலனமின்றி உயர்ந்தோங்கி நின்று கொண்டிருக்கும்.

வீண்வாதம் செய்து, "நீங்கள் பைத்தியக்காரர்கள்; குருட்டு நம்பிக்கை உடையவர்கள். உண்மை எப்போதும்

ஒன்றுதானே? நீங்கள் செல்லுகிற வழி உண்மையாக இருந்தால் அது ஒன்றாகத்தானே இருக்க வேண்டும்?'' என்றெல்லாம் அறிவுடை யோரைப் போலப் பேசித் தம் வாக்கு வன்மையை யெல்லாம் காட்டுகிறவர்களைக் கண்டு சமய நெறியில் செல்பவர்கள் சிறிதும் சோர்வடைய மாட்டார்கள். அவர்கள் ஒருகாலைக்கு ஒருகால் இறைவன் திருவருளில் ஈடுபட்டுத் தாம் பெறும் இன்பத்தை எண்ணி, "யார் என்ன சொன்னால் என்ன?" என்று தம் வழியே போய்க் கொண்டிருப்பார்கள்.

ஒரு மங்கைக்குத் திருமணம் ஆயிற்று. சில ஆடவர்களுக்கு முகத்தில் ரோமம் முளைப்பதில்லை. அத்தகைய ஆடவன் ஒருவன் அவளுக்குக் கணவனாக வாய்த்தான். அவனுடன் அவள் இல்வாழ்க்கை நடத்தினாள். மணம் செய்த நாலைந்து ஆண்டுகள் ஆயின. அவர்களுக்குக் குழந்தை பிறக்கவில்லை. என்ன என்னவோ விரதம் இருந்தார்கள்.

பெண்களின் வம்பர் மகாசபை ஒன்று இந்த மங்கை யிருந்த தெருவில் ஒரு வீட்டில் கூடுவது வழக்கம். அங்கே எப்போதாவது இந்தப் பெண்மணியும் போய் விட்டு வருவாள்.

ஒரு நாள் இவள் போயிருந்தபோது, "அவள் சஷ்டி விரதம் இருக்கின்றாளாமே!" என்று ஒருத்தி சொன்னாள்.

"அவருங் கூட இருக்கிறாராம்!" என்று ஏளனக் குரலோடு மற்றொருத்தி பேசினாள்.

"என்ன இருந்து என்ன? குழந்தை பிறக்க வழி இல்லை" என்றாள் ஒரு வம்பி.

"ஏன்?'' என்று ஒருத்தி கேள்வி போட்டாள்.

"இவள் ஆணைக் கல்யாணம் பண்ணிக் கொண்டிருந் தாலல்லவா குழந்தை பிறக்கும்? அலியைக் கல்யாணம் செய்து கொண்டால்?''

இதைக் கேட்டவுடன் இந்தப் பெண்மணிக்குத் தூக்கி வாரிப்போட்டது. கோபம் மூண்டது.

கோபம் மூண்டது. ஆனால் இவள் வாயில்லாப் பூச்சி; எதிர்த்துப் பேச அறியாதவள்.

அந்த வம்பி தன் கட்சியைக் காரண காரியங்களுடன் மெய்ப்பிக்க முன்வந்தாள். "மீசை முளைத்த ஆண் பிள்ளை யென்று பழமொழி சொல்வார்கள். அந்த லட்சணம் இவளுடைய கணவருக்கு இல்லை. இவ்வளவு நாள் சேர்ந்து வாழ்ந்தும் குழந்தை பிறக்கவில்லை. இன்னும் என்ன வேண்டும், அவரை அலியென்று சொல்ல?"

இப்படி அவள் கூறவே எல்லோரும், "ஆம், ஆம்" என்று தலையாட்டினார்கள்.

இதைக் கேட்ட இந்தப் பெண்மணிக்கு முதலில் கோபம் வந்தாலும் பிறகு அவர்களுடைய அறியாமையைக் கண்டு சிரிப்பே உண்டாயிற்று. தன் கணவன் ஆண் என்பதை இவள் அல்லவா அறிவாள்? அவனால் தனக்கு உண்டாகும் இன்பத்தை இவள் பிறருக்கு விளம்பரம் செய்யவேண்டுமா, என்ன? இந்த உலகமெல்லாம் சேர்ந்து மேற்கோள் காட்டி, 'உன் கணவன் ஆண் அல்ல' என்று முழங்கினால் என்ன? அவர்களுக்கு அவன் ஆண்தான் என்று மெய்ப்பிக்க வேண்டிய அவசியந்தான் என்ன? "அந்தோ, பாவம்! இவர்களுடைய பேதைமைதான் என்னே!" என்று இவள் உள்ளே நகைப்பாள்.

சமய நெறியில் புகுந்து மேன்மேலும் அன்பு செய்து வருபவர்களுக்கு இறைவனுடைய திருவருளால் சில வகை அநுபவங்கள் உண்டாகி வரும். அந்த அநுபவத்தை உணர்ந்த பிறகு, மற்றவர்கள் என்ன வாதம் செய்தாலும் அவை பொருளாகப் படா.

சமயத் துறையில் வாழப் புகாமல், சமய நூலறிவை மாத்திரம் ஓரளவு பெற்று, அது நன்று, இது தீது என்ற வாசாஞானம் பேசும் மக்கள் தங்கள் வாழ்நாளை வீணாக்கிக்

கொள்கிறார்களேயன்றி, சமயத் துறையில் உண்மையில் புகுந்து அநுபவம் பெற்றவர்கள் அவர்களுடைய வாதங்களால் சிறிதும் தம் நெறியினின்றும் பிறழ மாட்டார்கள்.

இந்த நாட்டில் சமய வாழ்வு என்பது நூலறிவு பெறுவது அல்ல; வாதத் திறமை பெறுவது அல்ல; பிறரை அறிவினால் வெல்வதும் அல்ல. இறைவனுடைய அருளநுபவத்தைப் பெறுவது அது; ஒரு காலைக்கு ஒரு கால் தம்முடைய மலச்சுமை அணு அணுவாகக் குறைந்து வருவதை உணரும் நிலையில் நிற்பது.

அநுபவம் இல்லாதவர்கள் சமய நெறியில் வாழ்பவர்கள் அல்ல. அவர்களே, "நன்றிது, தீதிது" என்று உரைப்பவர்கள்; குன்றைக் கண்டு குரைக்கும் நாய்க்குச் சமானமானவர்கள்.

"ஒன்றது பேரூர்; வழிஆறு அதற்குஉள"
என்றதுபோல இருமுச் சமயமும்;
"நன்றிது, தீதிது" என்றுஉரை யாளர்கள்
குன்று குரைத்தெழு நாயைஒத் தார்களே.

("பெரிய ஊர் ஒன்று; அதற்குப் போக ஆறு வழிகள் இருக்கின்றன" என்று சொல்வதுபோல ஆறு சமயங்களும் உள்ளன. அவற்றில், '"இது நன்று, இது தீது" என்று வேற்றுமையைப் பெரிதாக்கி உரைப்பவர்கள் குன்றைக் கண்டு குரைத்துத் துள்ளுகின்ற நாயை ஒத்தார்கள்.

ஒன்றது-ஒன்று; அது: பகுதிப் பொருள் விகுதி. பேரூர் ஒன்றுதான். என்றது போல் என்பது அவாய் நிலையாய் என்றதுபோல உள்ளன என்று ஒருசொல்லை வருவித்து முடிக்க, முடியும். உரையாளர்கள்-செயலைச் செய்யாமல் உரையை ஆள்பவர்கள்; வெறும் பேச்சுக்காரர்கள். இத்தகையவர்களையே வள்ளுவர், "பயனில்சொல் பாராட்டுவான்" என்று கூறினார்.)

நாய் அருகிலே நின்ற வேறு நாயையோ மனிதனையோ கண்டு குரைத்தால் நாயும் விலகும்; மனிதனும் அஞ்சி

ஒதுங்குவான். குன்றைப் பார்த்துக் குரைத்தால் அது நகருமா? அது எப்போதும் போலவே நிற்கும். இறைவனுடைய திருவருள் அநுபவம் உடையவர்கள் சிறிதும் சலனமடையாத மனத் திண்மை பெற்று மலையைப்போல நிற்பார்கள்.

“அஞ்சுவது யாதொன்றும் இல்லை
அஞ்ச வருவதும் இல்லை”

என்று பேசுவதுதானே அவர்கள் நிலை?

வெறும் பேச்சுப் பேசுகிறவர்கள், தன் இனத்தைக் கண்டு வலியக் குரைத்துச் சண்டை செய்யும் நாயின் இயல்பை உடையவர்கள்.

இது ஐந்தாந் தந்திரத்தில் உட்சமயம் என்ற பிரிவில் வரும் இரண்டாவது பாட்டு.

உள்முகப் பார்வை

உள்ளத்திலே நல்ல குறிக்கோளும், அந்தக் குறிக்கோளில் பற்றும், அதை அடையும் முயற்சியும் இல்லாதவர்களுக்கு எது கிடைத்தாலும் அது வீணாகிவிடும். ஆற்றல் பெற்ற அசுரர்கள் பிறரை நலிந்தார்கள். வீமன் தீயவரைச் செற்று நல்லோரைக் காத்தான். இராவணன் அறிவு நிரம்பப் பெற்றும் நல்ல குறிக்கோள் இன்மையால் அழிந்தான். தீய உள்ளம் படைத்தவர்களுக்கு எந்தப் பொருளும் பிறருக்குத் தீங்கு புரியவே உதவும்.

பணம் மக்களுக்குச் செருக்கை உண்டாக்குவதைப் போலவே நூலறிவும் செருக்கை உண்டாக்கும். நூலைக் கற்றல் அறிவு தெளிவடைய வேண்டி; அறிவு தெளிந்தால் இறைவனிடம் அன்பு பிறக்கும்.

"கற்றதனால் ஆய பயன்என்கொல் வாலறிவன்
நற்றாள் தொழாஅர் எனின்"

என்ற குறளில், கல்வியின் பயன் இறைவன் தாள் தொழல் என்று வள்ளுவர் சொல்கிறார். அந்தப் பயனை அடையும் நெறியிற் செல்லாத 'அறிவாளிகள்' எந்தக் காலத்திலும் இருக்கிறார்கள். அவர்களுக்குச் சாத்திரம் பெரிதே ஒழியச் சமய வாழ்வு பெரிது அன்று.

என்றும்,

"சாத்திய ரம்பல பேசும் சழக்கர்காள்
கோத்தி ரமுங்குல முங்கொண் டென்செய்வீர்
பாத்தி ரஞ்சிவ மென்று பணிதிரேல்
மாத்தி ரைக்குள் அருளும்மாற் பேறரே"

**"குறிக ளும்அடை யாளமும் கோயிலும்
நெறிக ளும்அவர் நின்றதோர் நேர்மையும்
அறிய ஆயிரம் ஆரணம் ஓதினும்
பொறியி லீர்மனம் என்கொல் புகாததே"**

என்றும் இத்தகைய செருக்கர்களைப் பார்த்து இரங்குகிறார் அப்பர் சுவாமிகள்.

நூல்களை ஏணியாகக் கொண்டு இறைவனை அறியும் நெறியிலே புகுந்து செயல் செய்ய வேண்டும். அதனைவிட்டு நூலிழையை ஆயிரம் கூறிட்டுக் காட்டுதல் போல அறிவின் சாமர்த்தியத்தாலும், வாக்கு வன்மையாலும், வாதத் திறமையாலும் சாத்திரங்களின் நுட்பங்களைக் காட்டிச் சமருக்குக் கச்சை கட்டுவோர், ஏணியைச் சுமந்து கொண்டு, ஏறவேண்டிய இடத்தில் ஏறாமல் இருப்பவர்களுக்குச் சமானமானவர்களே.

நூல்களைப் படிப்பதற்கும் அவற்றைத் தெளிவதற்கும் எத்தனை காலம் கழிகின்றது! அவ்வளவு காலத்தைச் செலவிட்டும் நன்மை பெறாமல் செருக்கு மிஞ்சிப் போவதைக் காட்டிலும் துரதிருஷ்டம் வேறு என்ன வேண்டும்? தம்முடைய கட்சியே வெல்ல வேண்டுமென்று மண்டையைக் குடைந்து கொண்டு நிற்பவர்கள், இறைவனைக் காணவேண்டும் என்ற ஏக்கத்தையுடையவராகி அந்த நெறியில் வாழத் தொடங்கினால் எவ்வளவு நன்மை உண்டாகும்!

நம்முடைய பார்வையைப் புறத்தே போகவிட்டு, அறிவை வெளியிலே. அலைய விட்டு, அதனால் தெரிந்து கொண்டவற்றை வைத்துக் கொண்டு, "நான் மெத்தப் படித்தவன்; அகன்ற அறிவுடையவன்" என்று சொல்லுகிறோம். நம்மைக் காட்டிலும் அகலமான அறிவு படைத்தவன் வந்து வாதம் பேசினால் நம் வாய் அடங்கிவிடுகிறது. புறத்திலே செலுத்தும் அறிவு மேலே மேலே போய்க் கொண்டேதான் இருக்கும். அதை நிறுத்த

இயலாது. போகப் போக இடம் விரிந்து கொண்டே போகும். ஆனால் இந்தப் பயணத்தை மாற்றிச் சிறிது உள்ளே திருப்பிவிட்டால் நிச்சயமாக ஓரிடத்தில் வந்து நிற்கவேண்டும். அகமுகமாக நம் பார்வையைத் திருப்பிவிட்டால் அகலம் குறைந்துவிடும்; ஆழம் உண்டாகும்.

உலகத்தையும் நூலையும் பார்த்த பார்வையைத் திருப்பி உயிராகிய தம்மையும் அதனூடே உயிர்க்குயிராக நிற்கும் இறைவனையும் பார்க்க முயல வேண்டுமென்பதைச் சொன்னார். ஆணிபோல் பதிய என்று ஒரு சொல்லைக் கூட்டிப் பொருள் கொள்ள வேண்டும். ஆர்த்த - கட்டிய.) பிறவியினாற் கட்டுண்டு கிடக்கும் ஆன்மாக்கள் அக்கட்டினின்றும் நீங்கினால் வீடு பெறும்.

"ஆர்த்த பிறவித் துயர்கெடநாம் ஆர்த்தாடும் தீர்த்தன்.'' என்று மாணிக்கவாசகரும் 'ஆர்த்த பிறவி'யைச் சொன்னார்.

இது ஆறாந் தந்திரத்தில் தவம் என்னும் பகுதியில் வரும் 8-ஆவது பாட்டு.

உடம்பாலயம்

தமிழ் நாட்டில் உள்ள கோயில்களின் அமைப்பு வியக்கத்தக்கது. மனித சரீரம் போல அமைந்தது ஆலயம். ஆலயத்தின் உறுப்புக்களை மக்கள் உடம்பின் உறுப்புக்களோடு ஒப்புமை காட்டி அதன் தத்துவத்தை விளக்குவார்கள் அறிஞர்கள்.

உடம்பைப் போன்றது ஆலயம் என்பதன் விரிவை இப்போது காணுவதை விட்டுவிட்டு, உடம்பு ஆலயத்தைப் போன்றிருக்கிறது என்று திருமூலர் சொல்வதைக் கேட்கலாம்.

ஆலயத்தில் நம் கண்ணுக்கு முதலில் தோன்றுவது கோபுரம். அது கோயில் வாசலின்மேல் இருப்பது. பலநிலைகளால் ஆகியது அது. கோயிலில் பல பிராகாரங்கள் இருக்கும். சிவலிங்கப் பெருமான் இருக்கும் மூலஸ்தானத்துக்குப் போவதற்கு முன் பிராகாரங்களையும் பலவகை மண்டபங்களையும் கடக்க வேண்டும். இறைவன் உறையும் இடத்துக்குக் கர்ப்பக்கிருகம் என்று பெயர். அதை நடுவாக வைத்து மற்ற அமைப்புக்களை யெல்லாம் கட்டியிருக்கிறார்கள்.

சிவபெருமானை ஆலயத்தில் தரிசனம் செய்துவிட்டு வந்தால் போதாது. ஆலய தரிசனத்தின் பயன் நம்முடைய உள்ளம் தூய்மையடைவதே. இறைவனைக் கண்களால் கண்டு உருகி அவனுடைய கோலத்தை உள்ளத்திலே படம் பிடித்துக் கொள்ளவேண்டும். தியானம் செய்கையில் நம் உள்ளத்தில் அப்பெருமானை எழுந்தருளச் செய்து இன்புற வேண்டும். பல வேறு கோயில்களுக்குச் சென்று வழிபடுவதற்குப் பயன் இது.

ஊரில் உள்ள கோயிலில் சிவபெருமானைத் தரிசித்தது போல உடம்பாகிய கோயிலில் உள்ள சிவபெருமானையும் தரிசிக்கலாம். ஆலயத்தில் உள்ள சிவலிங்கம், உள்ளத்தில் இறைவனைக் காணவேண்டும் என்பதை நினைப்பூட்டும் சின்னமேயாகும்.

இந்த உடம்பே பெரிய ஆலயம். மனிதன்' கட்டும் கோயிலில் இதில் உள்ள நுட்பமான அமைப்பைக் காண முடியாது. இறைவனே இந்த ஆலயத்தைக் கட்டிக் கொடுத்திருக்கிறான். இதற்குள்ளே உள்ளம் அல்லது இருதயம் இருக்கிறது; அதுதான் இறைவன் உறையும் கர்ப்பக்கிருகம். கோயில் எவ்வளவு பெரிதாகவும் அழகாகவும் இருந்தாலும் கர்ப்பக்கிருகம் தூயதாக இல்லாவிட்டால் பக்தர்கள் இறைவனைத் தரிசிக்க இயலாது. உடம்பு பெரிதாக இருந்தால் போதாது; உள்ளம் தூயதாக இருக்கவேண்டும்.

கோயில்களில் பல பிராகாரங்களையுடையவைகளும் உண்டு; ஒரே பிராகாரத்தையுடைய கோயில்களும் உண்டு. ஆனால் எல்லாவற்றிலும் கர்ப்பக்கிருகம் இருக்கும். அதுபோல் உடம்பினால் அழகியவர்களும், பெரியவர்களும், அழகற்ற வர்களும், உறுப்புக் குறைவுடையவர்களும் இருக்கலாம்; ஆனால் எல்லோருக்கும் உள்ளம் என்பது சிறிது பெரிதின்றி இருக்கிறது.

உள்ளமாகிய கர்ப்பக் கிருகத்தில் சிவன் இருக்கிறான். ஆலயத்தில், இறைவன் சிவலிங்கத்துக்குள் இருக்கிறான். சிவலிங்கம் அவனுடைய உருவம். அதுபோல் உடம்பாகிய ஆலயத்தில் உள்ளமாகிய கர்ப்பக்கிருகத்தில் சீவனாகிய உருவத்துக்குள்ளே சிவபெருமான் இருக்கிறான். உடலுக்குள் உயிர் இருப்பது போல உயிருக்குள் உயிருக்குயிராகிய இறைவன் இருக்கிறான். உயிர் இருப்பதனால் உடம்பு இயங்குகிறது. உயிருக்குயிர் இருப்பதனால் உயிர் இயங்குகிறது. சீவனை இடமாகக் கொண்டு சிவன் விளங்குகிறான். சீவன் சிவ சொரூபம். இது தூய்மை பெற்ற நிலையிலுள்ள ஞானியர் திறத்தில் அமைவது.

சிவஞானத்தால் தெளிவு பெற்ற ஞானிகளுக்குச் சீவன் சிவசொரூபமாக நிற்கும்; இன்ப வாழ்வு உண்டாகும். அவர்கள் தெள்ளத் தெளிந்தோர்.

உள்ளம் பெருங்கோயில்; ஊனுடம்பு ஆலயம்;
...
...
தெள்ளத் தெளிந்தார்க்குச் சீவன் சிவலிங்கம்.

(சிவஞானம் பெற்று நன்றாகத் தெளிந்தவர்களுக்கு அவர்களுடைய உள்ளமே பெருமையையுடைய கர்ப்பக்கிருகம்; ஊனாகிய உடம்பே ஆலயம்; சீவனே சிவலிங்கம்.

பெருங்கோயில் பெருமை, தலைமையைக் கருதியது. ஊனால் ஆகிய உடம்பாக இருந்தாலும் அது கோயிலாகத் திகழும். சிவலிங்கம்- சிவன் ஆவிர்ப்பவித்திருக்கும் லிங்கவடிவம்.)

இந்த உடம்பிலே சிறப்பாகத் தோன்றுவது தலை; தலை என்பதே அதன் தலைமையைக் காட்டுகிறதல்லவா? எவரையும் முகத்தைக் கொண்டு அடையாளம் தெரிந்து கொள்கிறோம். ஆலயத்தில் கோபுரம் சிறப்பாகக் காட்சி தருவது போல, உடம்பாகிய ஆலயத்தில் தலை காட்சி தருகிறது. கோபுரத்தின் கீழே பெரிய வாயில் இருக்கிறது. இங்கும் தலையின் கீழ்ப் பெரிய வாசலைப் போல வாய் இருக்கிறது. வாய் என்பதே வாயில் என்ற பொருளை நினைப்பிக்கிறதல்லவா?

வேண்டியார் வேண்டியனவற்றைத் தரும் வள்ளலாகிய இறைவன் எழுந்தருளிய இந்த உடம்பென்னும் ஆலயத்தைப் பற்றித் திருமூலர் சொல்லுகிறார். எல்லாருடைய உடம்பும் ஆலயமாவதில்லை. தெள்ளத் தெளிந்த சிவஞானிகளுடைய உடம்பே ஆலயமாகின்றது.

உள்ளம் பெருங்கோயில்; ஊன்உடம்பு ஆலயம்; வள்ளற் பிரானார்க்கு வாய்கோ புரவாசல்; தெள்ளத் தெளிந்தார்க்குச் சீவன் சிவலிங்கம்.

(தெள்ளத் தெளிந்தாருக்கு அவர்களுடைய உள்ளமே வள்ளற் பிரானுக்குரிய பெருங்கோயில். அவர்களுடைய உடம்பே வள்ளற் பிரானுக்குரிய ஆலயம் என்று ஒவ்வொன்றனுடனும் கூட்டிக் கொள்ளவேண்டும்.)

ஊனால் அமைந்து மற்றவர்களிடம் அருவருக்கத் தக்கதாக உள்ள உடல் தெள்ளத் தெளிந்தவர்களிடம் ஆலயமாக மாறிவிடுகிறது. அப்படியே மற்றொரு மாற்றமும் உண்டாகிறது.

நம் உடம்பில் நுகர்ச்சிக் கருவிகளாக இருக்கும் புலன்கள் ஐந்தும் நம்மைப் பல இடங்களில் ஈர்த்துச் செல்கின்றன. அவற்றால் நாம் அடையும் தீங்குகளுக்குக் கணக்கு வழக்கே இல்லை. ஆனால் அந்தப் புலன்களே சிவஞானம் பெற்ற வர்களிடம் வாலாட்டுவதில்லை. மற்றவர்களை மதமுடைய யானைகளாக அச்சுறுத்தும் அவை அவர்களிடம் கட்டுப்பட்ட யானைகளாகி விடுகின்றன; அவர்களுக்கு ஏவல் செய்கின்றன.

புலன்களால் அறியாமையாகிய இருள் நமக்கு மிகுதியாகிறது. தெள்ளத் தெளிந்த சிவஞானிகளுக்கு உடம்பு ஆலயமாகவும் உள்ளம் கர்ப்பக்கிருகமாகவும் சீவன் சிவலிங்கமாகவும் மாறும்போது ஐம்புலன்களும் கோயிலில் வைக்கும் தீபங்களாகி விடுகின்றன. கோயிலில் பெரிய விளக்குகளை ஏற்றுவார்கள். அவற்றைக் காளா விளக்கு என்று சொல்வார்கள்; இப்போது காடா விளக்கு என்று வழங்குகிறது. புலன்கள் சிவஞானிகளின் ஒழுக்கத்துக்குத் துணையாக ஞான வாசனை வீசுகின்றன. அவர்களுடைய கரணங்கள் யாவுமே சிவ கரணங்களாகி மாறிவிடுகின்றன.

கள்ளப் புலன்ஐந்தும் காளா மணிவிளக்கே.

(திருட்டுத்தனத்தையுடைய ஐம்புலன்களும் பெரிய அழகிய விளக்குகளாகும்.

மற்றவர்களுக்குக் கள்ளப் புலன்களாக இருந்தவை அவை; இவர்களுக்கே தெள்ளத் தெளிவதற்கு முன்பு அப்படி இருந்தவை. கள்ளம்- தம்மை உடையாருக்குத் தீங்கு செய்யும் கரவு. காளாவிளக்கு என்று கூட்டுக. மணி - அழகு; மணி விளக்கு - மணியாகிய தூண்டா விளக்கு என்பதும் பொருந்தும்.)

அருவருப்பதற்குரிய உடம்பும், ஆறு தீய குணங்களுக்கு இடமாகிய உள்ளமும், தீயவை பேசும் வாயும், தீய வழியிற் செலுத்தும் புலன்களும் இறைவன திருவருள் பெற்ற பிறகே ரஸவாதத்தால் செம்பு பொன்னாக மாறியது போல மாறிவிடும்.

உள்ளம் பெருங்கோயில்; ஊன்உடம்பு ஆலயம்; வள்ளல் பிரனார்க்கு வாய்கோ புரவாசல்; தெள்ளத் தெளிந்தார்க்குச் சீவன் சிவலிங்கம்; கள்ளப் புலன்ஐந்தும் காளா மணிவிளக்கே.

"ஊனுடம்பு சுற்றாலை", "தெள்ளித் தெளிவார்க்கு", "காள மணிவிளக்கு" என்று வேறு பாடங்களும் உண்டு. சுற்றாலை என்ற பாடத்திற்குத் திருச்சுற்று மதிலாகிய பிராகார மென்று பொருள் கொள்ள வேண்டும்.

கயிலாய சித்தர் உரையில் உள்ள சில பகுதிகள் இங்கே அறிவதற்குரியன. 'பாலின்கண் நெய் இருந்தாற் போலவே பூரண சிவலிங்கம் உள்ளமாகிய சீவாத்மாவை இடங்கொண்டிருக்கை யினாலே, 'உள்ளம் பெருங்கோயில்"...... உள்ளப்பெருங் கோயிலாகிய சீவாத்மாவுக்கு ஐம்பூத வடிவு வளையமாகை யினாலே, 'ஊனுடம்பு சுற்றாலை"..... வைகரி வாக்குச் சுற்றாலாகிய வடிவுக்கு முன்னிலையாகையினாலே, 'வள்ளற் பிரானார்க்கு வாய் கோபுரவாசல்"..... காரணகுரு கைகாட்டும் படியே உள்ளமாகிய சீவாத்மா கர்ப்பூரமும் சோதியும் கலந்தாற் போலவே பூரணமாகிய சிவலிங்கத்தில் ஐக்கிய பதம் பெற்ற

படியினாலே, "தெள்ளித் தெளிந்தார்க்குச் சீவன் சிவலிங்கம்". தெளிந்தபின் புலன் ஐந்தும் சிவாம்சமாகத் தோற்றுகையினாலே, "கள்ளப் புலனைந்தும் கால மணிவிளக்கே."...'

ஈது ஏழாந் தந்திரத்தில் சிவபூசை என்னும் பகுதியில் வரும் முதல் பாட்டு.

திருக்கூத்து

மனிதனுக்கு எல்லாப் புலன்களையும்விடச் சுவைப் புலன் மிகவும் வலிமையுடையது. குழந்தைப் பருவ முதல் இறக்கும் பருவம் வரையில் அந்தப் புலன் மாத்திரம் வலியிழக்காமல் இருக்கிறது. வேறு புலனுக்கு இனிமைதரும் பொருளுக்கு உவமை சொல்ல வேண்டுமானாலும் நாவுக்கு இனிமை தருவனவற்றையே எடுத்துச் சொல்கிறான். "இன்பத்தேனைப் பருகினேன்" என்று சொல்கிறார். "அவன் முகத்தில் பால் வடிகிறது என்று பேசுகிறான். குழந்தையை, "தேனே, கரும்பே" என்று கொஞ்சுகிறான்.

உணவுப் பண்டத்தின் பெயர்களை ஒருவர் சொல்லிக் கொண்டே வந்தால், காதில் கேட்டால் போதும், நாவில் நீர் ஊறுகிறது. உணவை உண்ணும் போது நாவில் நீர் ஊறுவதனால் அவ்வுணவு ஜீரணமாகிறது; இது உடற்கூற்றின் உண்மை. சுவைப் புலனுக்கு நாம் அடிமையாக இருக்கிறோம் என்பது மற்றோர் உண்மை. அதனால்தான் காதில் பெயர் கேட்ட மாத்திரத்தில் நாவில் நீர் ஊறுகிறது. அப்பண்டத்தைக் கண்ணால் கண்டுவிட்டால் சொல்லவே வேண்டாம்.

இறைவன் திருப் பெயரைச் சொன்னாலும், அவன் புகழைக் கேட்டாலும், அவன் திருவுருவத்தைக் கண்டாலும் அன்பர்களுக்குக் கண்ணில் நீர் ஊறுகிறது.

'அது ஏன் ஊறுகிறது? காரணம் தெரியவில்லையே!' என்று மற்றவர்கள் கேட்கிறார்கள்.

நல்ல புளியோதரையை ஓரன்பர் வைத்துக் கொண்டு சாப்பிடுகிறார். அருகில் இருப்பவனுக்கு நாக்கில் நீர் ஊறுகிறது. புளியோதரையின் காட்சி நாவில் நீர் ஊறச்

செய்கிறதற்குக் காரணம் என்ன? மனிதனுக்குச் சுவைப் பண்டங்களில் உள்ள மீதூர்ந்த விருப்பந்தான். அது போலவே இறைவனிடம் உள்ள முறுகிய பக்தியினால் அவன் திருவுருவத்தைக் கண்டால் அன்பர்களுக்குக் கண்ணில் நீர் ஊறுகிறது.

நாவில் ஊறும் நீர் சுவைக்கு அடிமையானதைக் காட்டுகிறது. கண்ணில் ஊறும் நீரோ, இறைவனுடைய அன்பு மிகுதியினால் அவனுடைய திருவருளுக்கு ஆளாகி நிற்பதைக் காட்டுகிறது.

கண்ட அன்பர்களையெல்லாம் ஆனந்தக் கடலில் ஆழ்த்தும் பேரழகு நடராசப் பெருமானுடைய கோலத்துக்கு உண்டு. இந்த மானிடப் பிறவியில் எவ்வளவு நாள் உழலுவேன் என்று ஏங்கும் உள்ளம் உடைய பெரியோர்களும், "இறைவா, நின்னுடைய திருக்கூத்தைத் தரிசிக்கும் பேறு பெற்றால் இம்மனிதப் பிறவியும் வேண்டுவதே" என்று கூறுகிறார்கள்.

அவ்வளவு இன்பத்தைத் தரும் ஆனந்தத் தாண்டவத்தைக் கண்ட அன்பர்களுக்கெல்லாம் இறைவன் வழங்கிய அருளின் அடையாளமாகக் கண்ணீர் உண்டாகும்; நெஞ்சம் நெக்கு நெக்கு உருகும்.

புளிக்கண் டவர்க்குப் புனல்ஊறு மாபோல்
களிக்கும் திருக்கூத்துக் கண்டவர்க்கு எல்லாம்
அளிக்கும் அருட்கண்ணீர் சோர்நெஞ் சுருக்கும்.

(புளிச்சுவையையுடைய உணவுப் பண்டங்களைக் கண்டவர்க்கு நாவில் நீர் சுரப்பதுபோல, ஆனந்தத் தாண்டவமானது தன்னைக் கண்ட அன்பர்களுக்கெல்லாம் இறைவன் வழங்கும் அருளநுபவத்தால் கண்ணீர் சோரச் செய்யும்; அதற்குக் காரணமான நெஞ்சை உருக்கும்.

புளி - புளிச் சுவையுள்ள உணவுப் பொருள்; ஆகுபெயர். புளியைக் கண்டவர்க்குப் புனல் ஊறுவது நாவில். ஊறுமாறு போல் என்பது ஊறுமாபோல் என வந்தது. களிக்கும்

திருக்கூத்து ஆனந்தத் தாண்டவம்; எழுவாய். அன்பர்கள் கண்டுகளிக்கும் நடனம் என்றும் சொல்லலாம். கண்டவர்க்கு எல்லாம் என்றது, காணும் முறைப்படி கண்டவர்கள் யாவருக்கும் என்று பொருள் கொள்வதற்குரியது. இறைவன் திருவுருவத்தை வெறும் விக்கிரகமாகவாவது, கலைப் பொருளாகவாவது காணுதல் அந்த உருவத்தைக் காணுவதாக ஆகுமேயன்றி, இறைவனைக் காணுவதாகாது. இறைவன் திருக்கூத்தையே கண்டாற் போன்ற ஆதராதிசயம் உடையவர்களையே இங்கே கருதினார்.

இறைவன் அளிக்கும் அருள்; அந்த அருள் காரணமாக வரும் கண்ணீர். இறைவன் திருவருளநுபவம் உடையாருக்கு மெய்ம்மயிர் பொடிக்கும்; கண்ணீர் சோரும்.

"பேரானந்தம் உற்றவர்க்கே கண்ணீர்கம் பலை உண்டாகும்'' என்று தாயுமானவர் உணர்த்துகிறார்.

கண்ணீர் சோர்வதற்குக் காரணம் உள்ளத்தில் தோன்றிய உருக்கம். கண்ணீர் சோர்வதற்குக் காரணமான நெஞ்சைத் திருக்கூத்து உருகச் செய்யும். கண்ணீர் சோர்தலும் நெஞ்சு உருகுதலுமாகிய இரண்டையும் இங்கே கொள்ளவேண்டும்.

கூத்து உருக்கும் என்று கூட்டுக.)

திருக்கூத்தைக் கண்டவுடன் கண் நீர் சோர நெஞ்சு உருகும். பின்பு மாறிலா மகிழ்ச்சி உள்ளத்தே உண்டாகும். ஒரே ஒளி மயமான சூழலாக நெஞ்சம் இருக்க, அங்கே ஆனந்த அமுது ஊறும்.

ஒளிக்குள் ஆனந்தத்து அமுதூறும் உள்ளத்தே .

(தேஜோமயானந்த அமுதம் உள்ளத்தில் ஊறும்.

இருள் மாய்ந்து துன்பம் நீங்கி ஒளியும் ஆனந்தமும் உள்ளத்தில் இடங்கொள்ளும். ஆனந்தத்து அமுது - ஆனந்தமாகிய அமுது; அத்து : வேண்டா வழிச் சாரியை.)

சுந்தரமூர்த்தி நாயனார் நடராசப் பெருமானுடைய ஆனந்தத் தாண்டவத்தைத் தரிசித்து இத்தகையதோர் ஆனந்த நிலையை அடைந்தாரென்று சேக்கிழார் சொல்கிறார்.

“ஐந்துபே ரறிவும் கண்களே கொள்ள
அளப்பரும் கரணங்கள் நான்கும்
சிந்தையே ஆகக் குணம்ஒரு மூன்றும்
திருந்துசாத் துவிகமே ஆக
இந்துவாழ் சடையான் ஆடும்ஆ னந்த
எல்லையில் தனிப்பெருங் கூத்தின்
வந்தபே ரின்ப வெள்ளத்துள் திளைத்து
மாறிலா மகிழ்ச்சியின் மலர்ந்தார்."

"தெண்ணிலா மலர்ந்த வேணியாய் உன்றன்
திருநடம் கும்பிடப் பெற்று
மண்ணிலே வந்த பிறவியே எனக்கு
வாலிதாம் இன்பமாம் என்று
கண்ணில்ஆ னந்த அருவிநீர் சொரியக்
கைம்மலர் உச்சிமேற் குவித்துப்
பண்ணினால் நீடி அறிவரும் பதிகம்
பாடினார் பரவினார் பணிந்தார்."

இப்பாடல்களில் சொல்லப்பெற்ற அநுபவம் திருமூலர் திருவாக்கில் உள்ள அநுபவமேயாகும். திருமந்திரப் பாட்டுக்கு ஒரு வகையில் இவற்றைச் சிற்றுரையாகவே கொள்ளலாம்.

புளிக்கண் டவர்க்குப் புனல்ஊறு மாபோல்
களிக்கும் திருக்கூத்துக் கண்டவர்க் கெல்லாம்
அளிக்கும் அருட்கண்ணீர் சோர்நெஞ்சு உருக்கும்;
ஒளிக்குள்ஆ னந்தத்து, அமுதுஊறும் உள்ளத்தே.

இது ஒன்பதாம் தந்திரத்தில் அற்புதக் கூத்து என்ற பகுதியில் உள்ள 17-ஆம் பாட்டு.

நிறைந்தது.

★★★

9 788168 632394